பிரம்மாஸ்திரம்

தமிழில்: எம்.ஏ. சுசீலா

நற்றிணை பதிப்பகம்

பிரம்மாஸ்திரம் * மொழிபெயர்ப்புச் சிறுகதைகள் * தமிழில்: எம்.ஏ. சுசீலா * © ஆசிரியர்களுக்கு * தமிழ் மொழிபெயர்ப்பு உரிமை: எம்.ஏ. சுசீலா * முதல் பதிப்பு: டிசம்பர் 2024 * வெளியீடு: நற்றிணை பதிப்பகம் (பி) லிமிடெட் * எண். 136, தரைத்தளம், சோழன் தெரு, ஆழ்வார்திருநகர், சென்னை – 600 087.

* மின்னஞ்சல் : natrinaipathippagam@gmail.com
* அச்சாக்கம் : துர்கா பிரிண்டர்ஸ், சென்னை – 600 005.

முன்னுரை

எழுதப்பட்ட காலத்தாலும், நிலப்பரப்பாலும், கலாச்சாரத் தாலும் ஒன்றுக்கொன்று பெரிதும் மாறுபட்டிருக்கும் 'பிரம்மாஸ்திரம்' தொகுப்பின் கதைகள் உலகச் சிறுகதை இலக்கியத்தின் பதச்சோறுகள்.

வாசகர்களுக்கு அதிகம் அறிமுகமாகியிராத மகாபாரத விளிம்பு நிலை மக்கள் சிலரின் கையற்ற நிலை, அதன் நடுவிலும் அவர்கள் கொண்டிருக்கும் மனத்திண்மை, உயர்மட்டத்தினரிடம் காண அரிதான சுதந்திர மனப்போக்கு ஆகியவற்றைச் சித்தரிப்பவை இதிகாசப் பின்புலத்தில் எழுதப்பட்ட வங்க எழுத்தாளர் மஹாஸ்வேதா தேவியின் கதைகள் என்றால் அதே வங்கத்தின் சமகால கீழ் மத்தியதர வாழ்க்கையின் பதிவுகளாக அமைந்திருப்பவை ஆஷா பூர்ணாதேவியின் சிறுகதைகள். இந்தியாவின் ஒரு பகுதிதான் என்றாலும் ஒட்டியும் விலகியுமாய் இருப்பது மணிப்பூர்; அங்கு நிலவும் பல்வேறு சூழல்கள் காரணமாக மிகவும் வேறுபட்ட வாழ்வியல் முறைகளையும், நடப்பியல் சிக்கல்களையும், வினோதமான நம்பிக்கைகள் கொண்ட பழங்குடியினரையும் உள்ளடக்கியது அது. நூலின் தலைப்புக் கதையான வேட்டைநாயில் அத்தகைய நம்பிக்கையின் கூறுகளைக் காண இயலும். தொகுப்பின் உள்ளடக்கமான வேற்றுநாட்டுக் கதைகள் இரண்டும் – எளிமையான கதைக்கருவை லாவகமான சுவாரசியத்தோடும், நகைச்சுவை இழையோடவும் சொல்லவல்ல இரு மேதைகள் சாமர்செட்மாம், ஓஹென்றி என்பதை உறுதிப்படுத்தியபடி அவர்களின் புனைவுலகை ஆர்வத்தோடு எட்டிப்பார்க்க வைப்பவை.

ரசனைக்குரிய இந்த ஒன்பது கதைகளையும் மொழிபெயர்த்த அனுபவம், அங்கங்குள்ள மண்ணோடும் மக்களோடும் பிணைந்து வாழ்ந்த உணர்வையே எனக்கு அளித்தது. அதே உணர்வை வாசகர்களும் பெற வேண்டும் என்ற நல்லெண்ணத் துடன் இந்தத் தொகுப்பை நேர்த்தியான அழகுடன் வெளியிட முன் வந்திருக்கும் நற்றிணை பதிப்பகத்தாருக்கும், நண்பர் யுகனுக்கும் என் நெஞ்சார்ந்த நன்றிகள்.

எம்.ஏ. சுசீலா
மதுரை. 24-08-2024

உள்ளடக்கம்

1.	உதயத்தில் ஓர் அஸ்தமனம்	7
2.	போரின் நடுவே	13
3.	வேட்டை நாய்	30
4.	பிரம்மாஸ்திரம்	48
5.	ஐந்து பெண்கள்	62
6.	சௌவாலி	98
7.	துக்கம்	112
8.	வசந்த காலத்து உணவுப்பட்டியல்	127
9.	மேபெல்	137

● மணிப்புரி

உதயத்தில் ஓர் அஸ்தமனம்
குரு ஆரிபம் கானப்பிரியா

எங்கள் பகுதிக்கு வாடகை ஜீப்கள் வரத்தொடங்கிய பிறகு தினமும் கல்லூரி செல்வதற்கு அவற்றையே பயன்படுத்த ஆரம்பித்தேன். எங்கள் வீட்டு வாசலிலிருந்துதான் அவை கிளம்பிக் கொண்டிருந்தன என்பதால் பயணம் மிகவும் வசதியாக ஆகிவிட்டது.

குறிப்பிட்ட அந்த நாளன்று வழக்கம் போல் நான் கல்லூரியிலிருந்து திரும்பிக் கொண்டிருந்தேன். ஜீப் கிளம்பியபோது கூட்டம் நிரம்பி வழிந்து கொண்டிருந்தாலும், பயணத்தின் முடிவில் நாலுபேர் மட்டுமே எஞ்சியிருந்தோம். என் வீட்டிலிருந்து கால் கிலோமீட்டர் தொலைவில் ஒரு பெண் வண்டியை விட்டு இறங்கிக் கொண்டாள். அதற்குப் பிறகு இருந்த குறுகிய தூரத்தில் என்னோடு பயணம் செய்த ஒரு இளம்பெண் ஏதோ அவசரத்தில் இருப்பதுபோல் காணப்பட்டாள். அவளது உடைகளை வைத்துப் பார்க்கும் போது மணமாகாதவளாக இருக்கலாம் என்று தோன்றியது.

அது யாராக இருக்கும் என்று எனக்கு ஆச்சரியமாக இருந்தது. அதுவும் அந்த வாடகை வண்டிப் பயணத்தின் இறுதிக் கட்டத்தில்...! அந்தப் பெண்ணைப் பார்த்தால் உள்ளூர்க்காரி போலவும் தோன்றவில்லை. அவளை ஒரு முறை ஏறெடுத்துப் பார்த்தேன்; அவள் சரியான மனநிலையில் இருக்கிறாளா என்பது எனக்குச் சந்தேகமாகத்தான் இருந்தது. அங்கிருந்த வேறு இரண்டு சக பயணிகளும்கூட அவளைச் சற்றுத் திகைப்போடு பார்த்துக் கொண்டிருந்ததால் அவர்களும் அப்படித்தான் நினைத்துக் கொண்டிருக்கிறார்கள் என்பது புலப்பட்டது.

அவள் களைத்துப் போனது போலத் தெரிந்தாள். மூச்சு வாங்கிக்கொண்டிருந்தது. கவலை அவள் முகத்தில் கருநிழல் போலப் படர்ந்திருந்தது. அவளது முடியிலிருந்து ஈரம் சொட்டிக் கொண்டிருந்தாலும் அவள் அதைக் கழுத்துக்கு மேல் ஒரு கொண்டையாக முடிச்சிட்டு வைத்திருந்தாள். அவளது உடைகளும் ஈரமாகத்தான் இருந்தன. மிகவும் இளமையாகவோ, மிகவும் முதிர்ச்சியாகவோ இல்லாமல் பார்க்க இனிமையாகத் தெரிந்தாள் அவள். பொதுவாக ஒரு பெண்ணுக்கு உரியதாகச் சொல்லப்படும் மென்மையான... நளினமான அழகு அவளிடம் இருந்ததாகச் சொல்லமுடியாது. மாறாக அவளது வலிமையையும் துணிச்சலையும் அவளிடமிருந்த ஏதோ ஒன்று எடுத்துக்காட்டிக் கொண்டிருந்தது. முன்னால் தெரிகிற சாலையைக் கூடப் பார்க்காமல் ஏதோ ஓர் ஓரத்தில் ஒண்டிக்கொண்டு அன்று அவள் பயணம் செய்து கொண்டிருந்தது, தனக்குள் ஏதோ ஒரு கதையை ஒளித்து வைத்திருந்தது. அந்தக் காரணத்தை அறிந்துகொள்ள வேண்டுமென்று நான் ஆசைப்பட்டாலும் நானாகப் போய் அதை எப்படிக் கேட்பது?

ஜீப் எங்கள் வீட்டு வாசலுக்கு வந்து சேர்ந்தது. எல்லோரும் கீழே இறங்கினார்கள். ஜீப் டிரைவர், எல்லோரிடமிருந்தும் கட்டணம் வசூல் செய்ய ஆரம்பித்திருந்தார். நான் திரும்பிப் பார்த்தேன்; அவள் இன்னும் கூட உள்ளேதான் உட்கார்ந்திருந்தாள்.

வீட்டுக் கதவை நான் திறக்கும் போது 'இபெம்மா!' (தங்கச்சி) என்று என்னை அழைத்தாள் அவள். நான் நின்றபடி திரும்பிப் பார்த்தேன். ஜீப்பிலிருந்து இறங்கிவந்த அவள்,

"இது உன் வீடா?" என்று கேட்டாள்.

"ஆமாம்"

"சரி, வா, உள்ளே போகலாம்"

அவள் என்னையும் முந்திக் கொண்டு திறந்த கதவின் வழி உள்ளே சென்றாள். நான் குழப்பம் அடைந்தேன். என்ன நடக்கிறது இங்கே?

"உன்னோடு கூடப் பிறந்தவர்கள் எத்தனை பேர்?" என்று நாங்கள் சேர்ந்து நடந்து போகும்போது கேட்டாள் அவள்.

"நான் ஒரே ஒரு குழந்தைதான்"

"உன் தந்தை என்ன செய்கிறார்"

"அரசின் தலைமைச் செயலகத்தில் ஒரு பிரிவுக்கு அதிகாரியாக இருக்கிறார்."

"இன்னிக்கு 'இச்சே' (அக்கா) கொஞ்ச நேரம் உன் வீட்டிலே இருக்கப் போறேன்"

எனக்குத் தங்கை ஸ்தானத்தைக் கொடுத்து விட்டுத் தமக்கை என்ற இடத்தைத் தான் எடுத்துக் கொண்டிருந்தாள் அவள். நான் எந்தப் பதிலும் சொல்லவில்லை. இன்னதென்று அறியாத ஒரு பயம் என் நெஞ்சுக்குள் ஊர்ந்தது.

'அவள் யார்' என்று எனக்குள் மறுபடியும் கேட்டுக் கொண்டேன்.

நேராக என் அறையை நோக்கிச் சென்றேன். அவளும் என்னை மிக நெருக்கமாகப் பின்தொடர்ந்தாள். கல்லூரிக்குக் கொண்டுபோன பையை மேஜை மீது வைத்தேன் அது என் வீடுதான் என்றாலும் கூட அடுத்து என்ன செய்வது என்பது தெரியாத குழப்பத்தில் இருந்தேன் நான். அதை உணர்ந்து கொண்ட அவள்,

"உனக்கு இதெல்லாம் ஆச்சரியமாத்தான் இருக்கும். எல்லாத்தையும் உன்கிட்டே சொல்லிடறேன் இப்ப" என்றபடி தன் கதையை என்னிடம் சுருக்கமாகச் சொல்லி முடித்தாள். அவள் பேசியதைக் கேட்டதும் ஆரம்பத்தில் என்னுள் இருந்த வியப்பு விலகி விட்டாலும், இன்னும் கூடக் குழப்பத்துடனேயே இருந்தேன் நான்.

"வீட்டிலே ஃபோன் இருக்கா"

"இருக்கு"

"எங்கே இருக்கு? நான் ஒரு 'கால்' பண்ணிக்கிறேன்"

"அடுத்த ரூமிலே இருக்கு. போய்ப் பண்ணிக்கங்க 'இச்சே'. வீட்டிலே வேற யாரும் இல்லை"

அவள் பக்கத்து அறையில் இருந்தபோது, வெளியே சென்றிருந்த அம்மா திரும்பி வந்தாள்.

"வீட்டுக்கு வந்திட்டியா இபெம்மா"

"ஆமாம் 'இமா' (அம்மா)"

"அப்ப டிரெஸ் மாத்திட்டு சாப்பிட வேண்டியதுதானே? ஏன் இப்படி மரம் மாதிரி நிலைகுத்திப் போய் நிக்கிறே?"

‘இமா’ வழக்கம் போல் கொஞ்சம் கூட நிறுத்தாமல் என்னைத் திட்டிக்கொண்டே போனாள். என் உதட்டின் மீது ஆள் காட்டி விரலை வைத்து அவளை அமைதியாக இருக்கச் சொல்லிச் சைகை செய்தேன். அதைப் பார்த்ததும் தன் பேச்சை இடையிலேயே நிறுத்தி விட்டு என்னைக் கலவரத்தோடு பார்த்தாள் அவள். பக்கத்து அறையில் நடக்கும் தொலைபேசி உரையாடலும் அவள் காதில் இப்போது சட்டென்று விழுந்திருக்க வேண்டும். உள்ளே வேகமாகப் பார்த்து விட்டு என் பக்கம் திரும்பி, சத்தம் வரும் திசையில் தலையை அசைத்தபடி “யார்?” என்று கேட்டாள்.

“ஏதோ போராட்டக் குழுவைச் சேர்ந்தவங்களா இருக்கணும்னு தோணுது” என்று கிசுகிசுப்பான குரலில் பதிலளித்தேன்.

“என்னது? அவ எப்படி இங்கே...?”

நான் அவள் கதையை அம்மாவிடம் சுருக்கமாகச் சொன்னேன்.

“அவளுக்கு மலேரியா வியாதி வந்திட்டதாலே சிகிச்சை செஞ்சுக்கிறதுக்காக முகாமை விட்டு வெளியே வந்திருக்கா. பக்கத்திலே இருந்த ஒரு வீட்டிலே அடைக்கலம் தேடிக்கிட்டப்ப அவங்கள்ளே மூணு நாலு பேரைச் சுத்தி வளைச்சிட்டாங்க. வீட்டோட ஒரு மூலையிலே இருந்த குளத்திலே அவ அப்ப குளிச்சிக்கிட்டிருந்ததாலே அதிருஷ்டவசமா தப்பிச்சிட்டா. நடந்த கலாட்டா சத்தத்தைக் கேட்டு சுத்திமுத்திப் பார்க்கறப்ப வீட்டை போலீஸ் வளைச்சிருந்தாங்க”

“ஆமாம்! கொஞ்ச நேரத்துக்கு முன்னாலே துப்பாக்கி வெடிக்கிற சத்தம் கேட்டது. அதுவாதான் இருக்கணும். ஆனா, அவ இங்கே எப்படி வந்தா?”

“பக்கத்து வீடுகளுக்குள்ளெல்லாம் புகுந்து நுழைஞ்சு ரோடு வரைக்கும் தப்பிச்சு வந்திட்டா. அப்புறம் நான் வந்த ஜீப்பிலே ஏறியிருக்கா... அப்படித்தான் இங்கே வந்து சேர்ந்தா”

அந்த நேரத்தில் அந்தப் பெண் அறையை விட்டு வெளியே வந்து அவர்களது பேச்சுக்கு ஒரு முற்றுப்புள்ளி வைத்தாள்.

“இமா! நீங்கதான் ‘இபெம்மா’வோட அம்மாவா?”

“ஆமாம்”

“நான் ரொம்ப நேரம் இங்கே இருக்கமாட்டேன். சந்தடியெல்லாம் கொஞ்சம் அடங்கிப்போனபப்புறம் என்னைக் கூட்டிக்கிட்டுப் போக அவங்க ஆளனுப்பி வச்சிடுவாங்க. ஒரு

மூணு நாலு மணிநேரம் நான் உங்களைக் கஷ்டப்படுத்த வேண்டியிருக்கும். நீங்க அதைப் பெரிசா எடுத்துக்க மாட்டீங்கன்னு நினைக்கிறேன்."

"நாங்க ஏன் அப்படி எடுத்துக்கப்போறோம்?"

'இமா' அதைப் பெரிதுபடுத்தவில்லை என்றாலும் கூட மிகுந்த கவலையுடனும், பீதியுடனும் அவள் இருப்பதை 'இச்சே' அனுமானித்துக் கொண்டாள்.

" 'இமா' தயவுசெய்து எதுக்கும் பயப்படாதீங்க. இந்த வீட்டிலே இருக்கிறவங்களைச் சம்பந்தப்படுத்தற மாதிரி நான் எதுவும் செய்ய மாட்டேன்"

இன்னும் கூட ஈரம்படிந்த ஆடைகளுடனேயே அவள் இருப்பது எனக்கு வருத்தமாக இருந்தது, ஒரு மேலாடையும், 'ஃபேனக்' * [பாரம்பரிய மணிப்புரி ஆடை பாவாடை போல உடலில் சுற்றிக்கொள்வது] கும் தந்து அவளை மாற்றிக் கொள்ளச் சொன்னேன். என்ன செய்வதென்றோ என்ன பேசுவதென்றோ தெரியாமல் ஸ்தம்பித்துப் போயிருந்தேன் நான். அவள் இங்கே இருப்பது எனக்குப் பயமாகவும், பதட்டமாகவும் இருந்தது. அவள் அவ்வப்போது ஜன்னல் வழியே வெளிப்பக்கம் எட்டிப்பார்த்துக் கொண்டிருந்தாளே தவிர வேறு எதைப் பற்றியும் கவலைப்பட்டு அலட்டிக் கொள்வதைப் போல் தோன்றவில்லை.

நான் அங்கிருந்து வெளியேற வழிதேடிக் கொண்டிருந்தேன்.

"இச்சே... நீங்க வசதியா உட்கார்ந்திருங்க" என்று சொன்னபடி அறையை விட்டு வெளியேற முயன்றேன்.

"உனக்கு எதுவும் வேலை இருக்கா?"

"இல்லையே? அப்படி ஒண்ணும் இல்லை"

"அப்படீன்னா கொஞ்ச நேரம் என்னோட இங்கே உட்காரு"

அவளுடைய இயல்பு காரணமா... அல்லது அப்படிப் பேசுவதற்கு அவள் பழகிப் போயிருந்தாளா... என்று தெரிய வில்லை. ஆனால் கண நேரம் அவளுடைய வார்த்தைகள் என்னை மந்திரம் போல் கட்டிப் போட்டுவிட்டன. என்னுடைய அசௌகரியம், இருப்புக்கொள்ளாத பதட்டம் என்று எல்லாமே சட்டென்று மறைந்து போய்விட்டது. இலகுவான மனநிலைக்கு வந்திருந்த நான்

"இச்சே... உங்க வீடு எங்கே இருக்கு?" என்று கேட்டேன்.

அவள் அதற்கு உடனே பதிலளிக்கவில்லை. மாறாக என்னை ஆழமாகப் பார்த்துக் கொண்டிருந்தாள்.

"நான் யாருன்னு உனக்குத் தெரியணும் அப்படித்தானே?"

நான் எந்தப் பதிலும் சொல்லவில்லை.

"நான் சுதந்திரத்துக்காகப் போராடற ஒரு போராளி"

"இச்சே... உங்களாலே ஜெயிச்சிட முடியும்னு நினைக்கிறீங்களா?"

"யுத்தகளத்திலே இருந்து புறங்காட்டி ஓடிப் போறவங்களுக்குத்தான் தோல்வியெல்லாம். எதுக்கும் பணிய மாட்டேன்னு மறுத்து சாவைத் தழுவறவங்கதான் வெற்றி பெற்ற போராளிகள்."

பேசும்போது அவள் கண்கள் இரத்தம் போலச் சிவந்திருந்தன. மூச்சு வேகமாக இரைத்தது. தன்னை அமைதிப்படுத்திக் கொள்ளப் போராடியபடி,

"அதனாலே நான்..." என்று தொடர்ந்தாள் அவள்.

அவள் பேச்சை முடிப்பதற்குள் வெளியே 'ஹாரன்' ஒலி கேட்டது. உடனே எழுந்து நின்று ஜன்னல் வழியே பார்த்தாள்.

"என்னைத் தேடி அவர்கள் வந்துவிட்டார்கள். நான் இப்போது போயாக வேண்டும். உங்களுக்கு நான் மிகுந்த சிரமம் கொடுத்து விட்டேன். கடவுள் உங்களை ஆசீர்வதிக்கட்டும்."

மறுநாள் காலை சூரிய வழிபாட்டுக்காக நான் வெளியே வந்தபோது அன்றைய செய்தித்தாள் வராந்தாவில் கிடந்தது. அதைக் கடந்துபோக என்னால் முடியவில்லை. வேகவேகமாக அதன் முதல் பக்கத்தில் கண்களை ஓட்டினேன்.

'புரட்சி இயக்கத்தின் பெண் தலைவியான பேச்சா லிக்லாய் சானு, சி ஆர் பி எப் நடத்திய நேரடி மோதலில் கொல்லப்பட்டார்' என்று தலைப்புச் செய்தி வெளியாகி இருந்தது. அதனுடன் கூடவே மிகப் பெரிய ஒரு புகைப்படமும் இருந்தது. அதைப் பார்த்ததும் எனக்கு உடம்பெல்லாம் புல்லரித்தது.

"ஐயோ... இவ்வளவு சீக்கிரமாகவா...? எத்தனை அழகு... எவ்வளவு வலிமை... எவ்வளவு துணிச்சல்? எப்படிப்பட்ட ஒரு இழப்பு?"

○

● மணிப்புரி

போரின் நடுவே

லிந்தோய் சானு

முதலில் அதைப் பற்றி யாருமே கேள்விப்பட்டிருக்கவில்லை. ஆனால் முதல் உலோகப் பறவை வானத்தில் வட்டமிட்டு உயரப் பறப்பதற்கு முன்பே அந்தச் செய்தி எல்லோருடைய காதுகளையும் வந்தடைந்து விட்டது. அரண்மனை வாயிற்காவலர்கள்தான் தீய சகுனமான அந்த வதந்தியைக் கொண்டுவந்து சேர்த்தார்கள்; அரண்மனைக்குச் சொந்தமான பந்தயப் படகு ஓலமிடும் அந்தச் சத்தத்தைப்பற்றிய செய்தியை! 'ஹியாங் ஹிரெல்' என்ற பெயருடைய டிராகன் தலை கொண்ட ஒடுக்கமான அந்தப் படகு, பந்தயத்தில் பங்கெடுத்தபோது 'கங்லாபாட்' கரையருகே ஓலமிட்டது. படகு ஓலமிடுவது என்பது பல நூற்றாண்டுகளாக ஏதோ ஒரு பேரழிவின் அறிகுறியாக அதற்கான எச்சரிக்கையாகவே நம்பப்பட்டு வந்தது. அந்த நம்பிக்கை எல்லோரின் நாடி நரம்புகளிலும் உட்கலந்து போயிருந்தது. முதலில் மெல்லிய காற்றைப் போல மெதுவாகப் பரவிய வதந்திகள் சிறிது சிறிதாகக் காட்டுத்தீயைப் போலப் பரவத் தொடங்கின. ஒவ்வொரு குடும்பத்தையும் அந்தச் செய்தி தொட்டது; அவர்களைப் பொசுக்கியது. அதனால் பிறகு அந்த விமானங்கள் வந்தபோது அவை ஏன் வர வேண்டும் என்ற குழப்பமோ, ஆச்சரியமோ அவர்களுக்கு ஏற்படவில்லை.

பாவப்பட்ட, கள்ளம் கபடமில்லாத அந்தக் குடிமக்கள் மேலேயிருந்து வரும் ஒளிமயமான துளிகளை நிமிர்ந்து பார்ப்பார்கள். குண்டுகள் வீசப்படுவதைப் பார்த்து அவை வெடிப்பதைக் கேட்டுக் குலைநடுங்கிப் போவார்கள். இருந்திருந்தாற்போல திடீரென்று போர் தொடங்கியிருந்தது.

அப்படி ஒன்றைத் தாங்கள் எதிர்கொள்ளக் கூடுமென்றே யாரும் எண்ணியிருக்கவில்லை.

அறிவுகெட்ட அரக்கத்தனமான குண்டுவீச்சு ஒருபுறம் நிகழ்ந்து கொண்டிருந்தாலும் அந்தப் பாவப்பட்ட மக்கள் எளிமையான, பயபக்தியுடன் கூடிய தங்கள் வாழ்க்கையை வழக்கம் போலத் தொடர்ந்துகொண்டுதான் இருந்தனர். எந்தச் சூழ்நிலையோடும் மனித மனம் எப்படி இசைந்து கொடுத்துப் போகிறது என்பதை அற்புதமாக எடுத்துக்காட்டுவதாக அது இருந்தது.

கோயில் மணிகள் வழக்கம் போல ஒலித்தன. அரண்மனைப் பூசாரிகள் எப்போதும் போல தெய்வங்களுக்குப் பூசை நிகழ்த்தினார்கள். பொன்மயமாய்த் தகதகக்கும் கிருஷ்ண பரமாத்மா ராதை ஆகிய இருவரின் விக்கிரகங்களுக்கு முன்னால் மணம் நிறைந்த ஊதுபத்திகள் ஏற்றப்பட்டன. பழங்களும், பூக்களும் நிவேதனம் செய்யப்பட்டன. தங்கக் கூரை வேய்ந்த அந்தக் கோயில் முழுவதும் பக்தர்களின் பிரார்த்தனைகள் எதிரொலித்தன.

நாட்டுப்புறப் பகுதியிலுள்ள ஒரு சிறிய கிராமத்தில், குஞ்சபிகாரி என்ற பதினேழு வயதுப் பையன், போர்க்காலத்தில் பயன்படுவதற்காகக் பதுங்குகுழி தோண்டிக்கொண்டிருந்த குழுக்களோடு இணைந்து தானும் பல இடங்களில் அத்தகைய குழிகளைத் தோண்டிக் கொண்டிருந்தான். அந்த வேலை ஆரம்பிக்கப்பட்டபோது அவனும் அவனது அக்கம் பக்கத்திலுள்ள வேறு சிலரும் அந்தப் பணியில் தங்களைப் பெருமையோடு ஈடுபடுத்திக்கொள்ளத் தாங்களே முன்வந்தனர். இப்போது அவர்கள் எதிர்கொள்ள வேண்டியிருந்த அந்தப் போர்ச்சூழலில் அவனையும் ஓர் அங்கமாக அந்தச் செயல் உணர வைத்தது. இதுவரை போரைப் பற்றிய எந்தச் சிந்தனையும், அவர்களுக்கு இருந்திருக்கவில்லை. போரைப் பற்றிக் கவலைப்பட்டுக் கொண்டிருப்பதை விட, போர் என்பது, குஞ்சபிகாரிக்கு ஆச்சரியமூட்டுவதாக இருந்தது என்பதே இதில் சுவாரசியமான விஷயம். மனிதனின் ஆற்றலும் திறமைகளும் ஒருவரை மற்றவர் அழித்துக் கொள்ள எந்த எல்லைவரைச் செல்லும் என்ற ஆச்சரியம்! அழிவின் பரிமாணம் கற்பனைக்கெட்டாததாக இதுவரை நடந்திராத ஒன்றாக

இருந்தது. முதல் நாள் இரவு அவனோடு பேசிக் கொண்டிருந்த அதே நண்பர்கள் மறுநாள் காலையில் தங்கள் சமையலறைக்குப் பின்னால் குண்டுவெடித்துத் தங்கள் பெற்றோர் இறந்துபோன செய்தியைச் சொல்லிக் கொண்டிருந்தார்கள். துக்கத்தைச் சரியாக அனுசரிக்கக் கூட முடியாமல் இருப்பது வித்தியாசமாக இருந்தது. எங்கெல்லாம் முடியுமோ அங்கெல்லாம் பதுங்கு குழிகளைத் தோண்டுவது ஒன்றே அவர்களால் அப்போது செய்யக் கூடிய காரியமாக இருந்தது.

எதற்கும் இருக்கட்டும் என்று குஞ்சபிகாரி பெரும்பாலும் தன் படுக்கைக்கு அடியிலேதான் படுத்து உறங்கிக் கொண்டிருந்தான். ஆனால் அவனது பெற்றோருக்கு அப்படி ஒளிந்து கொள்ள விருப்பமில்லை.

"செத்துப்போகணும்னு இருந்தா... போய்ட்டுப்போறோம்" என்றாள் அவனது தாய். ஆனாலும் உயிர் தப்பிப் பிழைப்பதற்கு என்னென்ன பயிற்சி முறைகள் தரப்பட்டனவோ அவற்றைப் பெரும்பாலான மற்றவர்களைப் போலத் தானும் செய்து வந்தான் குஞ்சபிகாரி.

தங்க்ஜாம் இனக் குழுவைச் சேர்ந்த அவனது துணிச்சல்கார நண்பர்கள் சிலர், உடைந்து சிதறிக் கிடக்கும் விமானங்களின் பகுதிகளைத் தேடிப்பார்க்கும் சாகச வேலையில் தங்களோடு சேர்ந்து கொள்ள அவனுக்கும் விருப்பம் உண்டா என்று கேட்டார்கள்.

"இதோ பாரு... இன்னிக்கு ராத்திரி நாம போய் நதிக்குள்ளே இறங்கிடலாம். பயங்கர சத்தத்தோடேயும் நெருப்புப்பொறி பறக்கிற வால் பகுதியோடயும் ஒரு விமானம் அதிலேபோய் விழறதை நான் பார்த்தேன். நமக்கு அதிர்ஷ்டம் இருந்தா அதை இந்தத் தரம் அப்படியே முழுசாவே கூட நாம் பார்த்திட முடியும்"

அபாயகரமான இந்த அழைப்பை ஏற்க விரும்பாத குஞ்சபிகாரி, தன் தலையை வேகமாக ஆட்டித் தன் மறுப்பைத் தெரிவித்தான். தங்க்ஜாம் இனக்குழுவைச் சேர்ந்த பலரும் வெறும் பைத்தியங்கள் என்றே அவனுக்குப் பட்டது. அந்த ஆகாய விமானத்தின் பகுதிகள் மீது அவர்களுக்கு அதிக ஆர்வம் இருந்தது. தங்கள் வாழ்வையே கூடப் பணயம்

வைத்தபடி சுற்றுமுற்றும் ஓடி, அதன் உடைந்த உலோகப் பகுதிகளைப் பொறுக்கியெடுத்து அவற்றை ஆயுதங்களாகவோ தங்கள் தேவைக்கேற்ற கருவிகளாகவோ உருக்கி மாற்றிக் கொள்வார்கள் அவர்கள். 'இம்பால் யுத்த'த்தை அப்படிப்பட்ட விளையாட்டுக்குரிய ஒரு விஷயமாக அந்த இனக் குழுவினரைத் தவிர வேறு யாரும் எடுத்துக் கொள்ளவில்லை. ஆனால் எதிர்பார்த்ததைப் போலவே அந்த விளையாட்டு அவர்களுக்குத் தாங்க முடியாத பாதிப்பையும் ஏற்படுத்தி விட்டது.

தங்க்ஜாம் குழுவினர் ஆற்றுக்குள் விழுந்த விமானத்தைத் தேடிச் சென்றபோது உருளை வடிவத்திலிருக்கும் ஒரு பொருள் அங்கே விழுந்து கிடப்பதைக் கண்டார்கள். எவராலும் அதிகம் தொடப்படாமல் இருந்தது அது. தங்கள் அதிர்ஷ்டத்தைக் குறித்து அவர்கள் மகிழ்ச்சியடைந்தார்கள். இத்தனை நாட்களாக அவர்களுக்குச் சிதைந்த உதிரி பாகங்கள் மட்டும்தான் கிடைத்து வந்தன. இப்போதோ அவர்கள் வசம் ஒரு முழுமையான பொருளே சிக்கிவிட்டிருக்கிறது. தங்க்ஜாம் இனக்குழுவைச் சார்ந்த இரும்பு வேலை பார்ப்பவர்கள், தவறவிடக் கூடாத ஒரு கணமாக அதை எண்ணியபடி கனமான அந்த உருளையைத் தங்கள் பட்டறைக்குள் எடுத்து வந்தனர். ஆனால் குஞ்சபிகாரி பயந்தபடியே பலமான வெடிச்சத்தம் ஒன்று அக்கம் பக்கத்திலிருந்து கேட்டது. வீட்டுப் பின்புறத்திலிருந்த குளத்தின் அருகே இருந்தபோதுதான் அவன் அந்த ஓசையைக் கேட்டான். வெடித்துச் சிதறிய சில துகள்கள் பறந்து வந்து குளத்துக்குள்ளும் விழுந்தன. செயலற்றுப் போகாமல் இருந்த ஒரு வெடிகுண்டைப் பிளந்து பார்க்க முயற்சி செய்தபோது தங்க்ஜாம் குழுவைச் சேர்ந்த தன் நண்பர்கள் பலரும் இறந்துவிட்டார்கள் என்ற செய்தி பிறகு அவன் காதில் வந்து விழுந்தது.

போர் தொடர்ந்து நடந்துகொண்டிருந்தது. இந்த உலகம் முழுவதுமே அதில் பங்கெடுத்துக் கொண்டிருந்தது. தானும் அதில் பங்கெடுக்க வேண்டுமா என்பது பற்றிக் குஞ்சபிகாரிக்குத் தெரிந்திருக்கவில்லை. இப்படிப்பட்ட மோசமான ஒரு நேரத்தில் பிறந்ததற்காக அவன் தன்னைத் தானே சபித்துக் கொண்டிருந்தான். அரண்மனையில் நடக்கும் விழாக்களுக்குச் செல்ல வேண்டும் என்பதும், ராஸலீலா போன்ற பெருமைக்குரிய அரச நடனங்களைக் காண வேண்டும் என்பதும், நண்பர்களின் வீட்டுக்குச் சென்று அண்டை அயலில் குடியிருக்கும் அழகான

பெண்களைப் பற்றிப் பேசிக்கொண்டிருக்க வேண்டும் என்பதும் மட்டுமே அவனது விருப்பங்களாக இருந்தன. தன்னுடைய பதின்பருவம் முழுவதும் இப்படிப் படுக்கைக்கு அடியிலும், பதுங்கு குழிகளிலும் மட்டுமே கழிந்துவிடப்போகிறதோ என்ற எண்ணம் ஒவ்வொரு முறை தோன்றும்போதும் அவன் தன் கன்னத்தில் கை வைத்துக் கொண்டு கவலைப்படுவான். அது நியாயமில்லாததாக அவனுக்குத் தோன்றியது. தன்னுடைய தங்க்ஜாம் நண்பர்களைப் போல முட்டாள்தனமாகத் தனது உயிரைப் பணயம் வைக்க அவனால் முடியாது. ஒரு வேளை அவன் இறந்து போகும் நாளில் போர் முடிந்துவிட்டால்? அதனால் அவன் பதுங்கு குழிகளைத் தோண்டினான். ஏதோ தான் செய்தாக வேண்டிய கட்டாயக் கடமை அது என்பது போல அவன் பதுங்கு குழிகளைத் தோண்டிக் கொண்டே இருந்தான்.

போர் தொடர்ந்து கொண்டே சென்றபோது பதுங்கு குழி தோண்டும் வேலையும் ஒரு முடிவுக்கு வந்தது. எல்லா இடங்களிலும் போதுமான அளவுக்குப் பதுங்கு குழிகள் இருந்தன. இப்போது வீட்டுக்குள்ளேயே தன் நேரத்தைக் கழித்துக் கொண்டிருந்தான் குஞ்சபிகாரி. மண்சுவர்களால் ஆன, ஓலை வேய்ந்த சற்றுப் பெரிய குடிசை அது. குடிசையின் பின்புறத்தில் காட்டுப்புதர்களும், ஒரு சிறிய குளமும் மூங்கில் காடுகளும் இருந்தன. சில சமயங்களில் வீட்டைப் பாதுகாப்பதைப் போல, வீட்டைச் சுற்றி அவன் நடப்பதும் உண்டு. ஆனால் தலைக்குமேல் உண்மையான ஆபத்து வட்டமிட்டுப் பறந்து கொண்டிருக்கும்போது அப்படிச் செய்வதென்னவோ கேலிக் கூத்தாகத்தான் இருந்தது.

ஒரு வாளியில் தண்ணீரை நிரப்பிக் கொண்டு தன் அறையிலிருந்து கழிப்பறையை நோக்கி ஓடினான் குஞ்சபிகாரி. நேற்றிரவு பலமாகச் சாப்பிட்டிருந்த 'யோங்சாக் எரோன்பா' அவன் வயிற்றை என்னவோ செய்து கொண்டிருக்க, அந்தச் சுமையை இறக்கிக் கொள்ள வேண்டியிருந்தது அவனுக்கு.

அங்கே உள்ள மற்ற கழிப்பறைகளைப் போலவே அவன் வீட்டுக்கழிப்பறையும் மிக எளிமையாக இருந்தது. மூங்கில் குச்சிகளினால் ஆகிய கதவில்லாத ஒரு சிறு தடுப்பு. கழிப்பறையில் ஆள் இருப்பதற்கு அடையாளமாகத் தன் இடுப்புத் துணியை அந்தக் குச்சிச் சுவர் மீது வீசிப் போட்டு விட்டு அவன் தன் வேலையைத் தொடர்ந்தான்.

அவன் வெளியேறப் போகும் நேரத்தில், கதவில்லாத அந்தக் கழிப்பறைக்குள் எங்கிருந்தோ யாரோ ஒருவர் தடதட வென்று உள்ளே நுழைந்தார். எதிர்பாராத அந்தக் குறுக்கீட்டில் அவன் பயந்துபோய் சட்டென்று எழுந்துகொண்டான். ஆடையைக்கூட சரி செய்து கொள்ள நேரம் இல்லாமல் போனதால் கண நேரம் அதிர்ச்சியில் உறைந்து போயிருந்தான் அவன். உள்ளே நுழைந்த அந்த மனிதனும் கூட அப்படித்தான் இருந்தான். மேலும் மிகுந்த குழப்பத்தில் இருப்பது போலவும் தெரிந்தான் அவன். உள்ளே நுழைந்த அந்த மனிதன் பழுப்புநிறப் பச்சை வண்ணத்தில் சீருடையும், தனது சட்டைக்காலரில் சிவப்புப் பட்டையும் அணிந்திருந்தான். துரைமார் அணிவது போல ஒரு தொப்பி போட்டிருந்தான். தன்னை நோக்கி ஒரு நீளமான துப்பாக்கி குறிவைக்கப்படுவதைப் பார்த்ததும் குஞ்சபிகாரி கனமான பித்தளை வாளியைத் தூக்கி உள்ளே வந்தவனின் தலை மீது போட்டான். ஆனால் பித்தளை வாளியை வைத்து அவன் செய்த அந்தச் செயல் உலக வரலாற்றின் மாற்றம் ஒன்றுக்குக் காரணமாகப் போகிறது என்பதை அப்போது அவன் அறிந்திருக்கவில்லை.

உள்ளே வந்த மனிதன் அப்படியே கவிழ்ந்து கீழே விழுந்தான். தான் அந்த மனிதனைக் கொன்று விட்டோமோ என்ற நடுக்கத்தில் லேசாகக் கூச்சலிட்டான் குஞ்சபிகாரி. நடந்த எல்லாமே மிக விரைவாக ஒரு பயங்கரக் குளறுபடியாக நடந்து முடிந்துவிட்டன. உடையணியாமல் இருந்த அவனது உடம்பின் கீழ்ப்பகுதியை அந்த மனிதன் பார்த்து விட்டான்.

பிரக்ஞையில்லாமல் கிடந்த அந்த மனிதனை வீட்டுக்குள் இழுத்துக் கொண்டு சென்றான் குஞ்சபிகாரி. கழிப்பறையிலிருந்து முன்பின் தெரியாத ஒரு மனிதனோடு தங்கள் மகன் வருவதைக் கண்ட பெற்றோர் அதிர்ச்சியடைந்தனர்.

"இங்கே இப்ப என்னதான் நடந்துகிட்டிருக்கு?" என்று கடுகடுப்பாக முணுமுணுத்தாள் அவன் தாய்.

"யுத்தம்! அதுதான் நடந்துகிட்டிருக்கு... இவன் ஒரு வேளை ஒரு போர் வீரனாகக் கூட இருக்கலாம்" என்றபடி அந்த மனிதனைத் தனது படுக்கையின் மீது கிடத்தினான் குஞ்சபிகாரி. அந்த மனிதன் மிகவும் பலவீனமாக, சரியாகச் சாப்பிடாதவன் போலத் தெரிந்தான். ஒரு மூங்கில் கழியைப்

போல மெலிவாக இருந்த அவனிடமிருந்து ஒரு மோசமான துர்நாற்றம் வீசிக் கொண்டிருந்தது. அந்த நாற்றத்துக்குக் காரணம் அவன் கழிப்பறையில் விழுந்தது அல்ல. வெகு நாட்களாக அவன் காட்டுப் பகுதிகளில் இருந்ததே அதற்குக் காரணம். அவனது முகத்தில் பல காயங்களும், புண்களும் இருந்தன. உதடுகள் மிகவும் உலர்ந்து போயிருந்தன. கண்களும், காதுகளும் மெல்லிய ஒரு தோலால் அவனது தலைப்பகுதியில் ஒட்டிவைக்கப்பட்டது போலிருந்தன. அந்த மனிதன் மிக மோசமாக மரணத்தின் விளிம்பில் இருப்பது போலத் தெரிந்தான்.

"அவனை எதுக்காக இங்கே கொண்டு வந்தே" என்றபடி அவன் தலையில் குட்டுவைத்தார் அப்பா.

"அய்யோ! நான் வேற என்ன செய்யறது? அப்படியே நம்ம கழிப்பறையிலே விட்டு வைக்கிறதா அவனை?" என்று கத்தியபடி குட்டு வாங்கிய தன் தலையைத் தேய்த்து விட்டுக் கொண்டான் குஞ்சபிகாரி.

"என்னது நீ அவனை நம்ம கழிப்பறைக்குள்ளேயா பார்த்தே" என்று தன் கண்களை ஆச்சரியத்தால் விரித்தபடி கேட்டார் அவனது தந்தை.

"நான் உள்ளேயிருந்தப்ப... அவர் சடார்னு பாய்ஞ்சு வந்திட்டார். பயந்துபோய் வாளியாலே நான் அவரை ஒரு போடு போட்டுட்டேன்."

"செத்திடுவாரோ?" என்றபடி அந்த மனிதனை மெல்லப் பார்த்தார் அப்பா.

"தெரியலியே? அவரைக் கொன்னுட்டேன்னுதான் நினைச்சேன். ஆனா, இன்னும் மூச்சவிட்டுக்கிட்டிருக்கார்" அந்த மனிதனின் மார்பு மெல்ல மேலும் கீழும் ஏறி இறங்கிக் கொண்டிருந்ததை உற்றுப் பார்த்தபடி சொன்னான் குஞ்சபிகாரி.

"அவன் ஒருவேளை நம்ம எதிரியா இருந்தா...?" என்று கிசுகிசுப்பான குரலில் கேட்டாள் அம்மா.

"நிஜமாவே நமக்கு ஒரு எதிரி இருக்கானா என்ன? அப்படி இருந்தா நான் ரொம்ப சந்தோஷப்படுவேன்" என்று நாடகத் தனமாகக் கையை ஆட்டிப் பேசினான் குஞ்சபிகாரி. பிறகு,

“இந்த ஆளும் நம்மளை மாதிரியே ஒரு துரதிருஷ்டசாலிதான்” என்று முணுமுணுத்தான்.

“ஓ... அப்படின்னா சரிதான்! ஆனாலும் நமக்கும் அவனுக்கும் எந்தச் சம்பந்தமும் இல்லை” என்று வறண்ட குரலில் சொன்னார் அப்பா.

“ஒண்ணு..., நீ அவனைத் தூக்கிக் கொண்டுபோய்ப் பின்னாலே போடு, இல்லே, அவன் ஒருவேளை செத்துப் போயிட்டான்னா அவனை அடக்கம் பண்றதுக்குப் பொறுப் பேத்துக்கோ. எப்படியும் சாகத்தான் போறான்... எலும்புக்கூடு மாதிரி இருக்கான். நீ என்ன காரியம் செஞ்சிருக்கே பார். தலையிலே அடிச்சு வச்சிருக்கே. அவன் சும்மா மூச்சுவிட்டுக்கிட்டு நம்மளைத்தான் தொந்தரவு செய்யறான்.”

“அவரைக் கொலை செஞ்ச பாவமாவது இப்ப இல்லையேன்னு நான் சந்தோஷப்படறேன்” என்று சொன்னபடி தன் தந்தை சொன்னது எதையும் கண்டுகொள்ளாமல் படுத்திருந்த மனிதனின் அருகே உட்கார்ந்தான் குஞ்சபிகாரி.

“நல்லது, நீ அவனைக் கொல்லவும் செய்யாம, முட்டாள் தனமா நம்ம வீட்டுக்குள்ளேயும் கூட்டிட்டு வந்திட்டதாலே நீதான் அந்த ஆளுக்குப் பொறுப்பேத்துக்கணும்.”

“அப்பா! உண்மையிலேயே பலவீனமா, உதவி தேவைப்படற நிலையிலே இருக்கிறவங்களைக் கைவிடற குணம் நமக்கு இல்லைதானே.”

“ஒரு பயங்கரமான யுத்தத்துக்கு நடுவிலே இருக்கிற நாம இப்ப போய் அதையெல்லாம் லட்சியமா வச்சுக்க முடியாது. சரி... எப்படியோ போ! நீயே பார்த்துக்கோ” என்றபடி தந்தை அங்கிருந்து வெளியேறினார். தாய், கவலை தோய்ந்த முகத்துடன் அந்த மனிதனைப் பார்த்துக் கொண்டிருந்துவிட்டுப் பிறகு மகனைக் கோபத்துடன் பார்த்தாள்.

“என்னம்மா?” என்று தன் செயலை நியாயப்படுத்தும் தொனியில் கேட்டான் குஞ்சபிகாரி.

“உன்னை நீயே சாகடிச்சுக்காதே அவ்வளவுதான். செத்துப் போறதுக்கு உனக்குப் பிடிக்காது... அப்படித்தானே” என்று அம்மா உணர்ச்சியில்லாத குரலில் கேட்டாள்.

"ஆமாம்மா... அப்படித்தான்! சரி... சந்தோஷம்! நீங்க ரெண்டுபேரும் வானத்திலே இருந்து விழப்போற துளிக்காகக் காத்துக்கிட்டு நாள் முழுசும் தூங்குங்க."

"அப்படி இல்லைப்பா! நான் என்ன சொல்ல வந்தேன்னா... இந்த மனுஷன் கண்ணை முழிச்சுப் பார்த்தா என்ன செய்வான்னு உனக்குத் தெரியாது. ஆமாம்.... நீங்க ரெண்டுபேரும் ஒருத்தரை ஒருத்தர் பார்த்துக்கிட்டப்ப அவன் என்ன உனக்குப் பூச்செண்டா கொடுத்தான்?"

"இல்லே" என்றபடி மென்று விழுங்கிய குஞ்சபிகாரி,

"அவன் என் பக்கமாத் துப்பாக்கியை நீட்டிக் குறிவச்சான்" என்று பலவீனமான குரலில் சொன்னான்.

"அப்படிப் போடு என் தாராளப் பிரபுவே...! இதோ பாருப்பா... இந்தப் போர்லே நமக்குக் கூட்டாளியும் கிடையாது, எதிரியும் கிடையாது. யுத்த பூமியிலேயே நிக்கற மாதிரிதான் நம்ம நிலைமை. தங்களுக்குச் சாதகம்னு தெரிஞ்சா ரெண்டு பக்கத்து ஆளுங்களுமே நம்மைக் கொன்னு போடத் தயங்க மாட்டாங்க. அன்பு பாராட்டறதுக்கெல்லாம் வேற ஒரு சந்தர்ப்பம் இருக்கு, இது அதுக்கு ஏத்த நேரம் இல்லைன்னு புரிஞ்சக்கிறதுதான் புத்திசாலித்தனம். அந்த ஆளை எங்கேயாவது கொண்டுபோய் விட்டுத் தொலைச்சிடு. உங்கப்பா சரியாதான் சொல்லியிருக்கார்."

"என்னது? விட்டுத்தொலைக்கறதா? அப்படீன்னா நான் அவனைக் கொல்லணும்னு சொல்றீங்களா? மறுபடியும் அவனோட மண்டையைப் பிளக்கணுமா?" அவநம்பிக்கையோடு தன் தாயைப் பார்த்தபடி கத்தினான் குஞ்சபிகாரி.

"அச்சச்சோ! கிருஷ்ணா, கிருஷ்ணா... அது அப்படி இல்லைப்பா! நீ யாரையும் கொல்லணும்னு நான் சொல்லவே மாட்டேன்" என்றபடி உணர்ச்சிவசப்பட்டவளாய்த் தன் மார்பில் அறைந்துகொண்ட அம்மா,

"அவன் நம்ம வீட்டிலே இருக்கக் கூடாதுன்னுதான் சொல்றேன்" என்று கடுமையாகச் சொன்னாள்.

"நான் அதைப் பத்தி யோசிக்கிறேன். நான் அவனுக்குப் பொறுப்பேத்துக்கணும்னு அப்பா வேற சொல்லியிருக்கார். என்ன செய்யலாம்னு நானே தீர்மானிச்சுக்கிறேன். நீங்க

போங்க” என்று சொல்லித் தன் அம்மாவை அனுப்பிவிட்டுத் தன் படுக்கையில் அமைதியாகப் படுத்திருந்த மனிதனையே உற்றுப் பார்த்தபடி இருந்தான் குஞ்சபிகாரி. சிறிது நேரம் வேறு ஏதோ ஒன்றைப் பற்றி யோசிக்கத் தொடங்கிய அவனை, அந்தப் பயங்கரமான துர்நாற்றம் தொந்தரவு செய்யவே, முதலில் அந்த மனிதனைச் சுத்தம் செய்யலாம் என்று முடிவு செய்துகொண்டான்.

சில்வர் பாத்திரம் ஒன்றையும், பருத்தித் துண்டையும் எடுத்துக்கொண்டு வந்து அந்த மனிதனைச் சுத்தம் செய்யத் தொடங்கினான் குஞ்சபிகாரி. அழுக்குப் படிந்த ராணுவச் சீருடையை மெல்லக் கழற்றிவிட்டு அவனது உடம்பிலிருந்த அழுக்கையும், காயங்களில் படிந்திருந்த இரத்தக் கறைகளையும் இளம் சூடான தண்ணீரால் துடைத்து நீக்கினான். பிறகு தனது ஆடை ஒன்றை அவனுக்கு அணிவித்தான். ஒரு நாணலைப் போல மிக மெலிவாக இருந்தாலும் அந்த மனிதன் சற்றே தெளிவானது போலத் தோன்றினான். ஆனாலும் அப்படியே அசையாமல் படுத்துக்கிடந்தான்.

குஞ்சபிகாரியின் பெற்றோர் அவனது செயலை ஏற்கவில்லையென்றாலும் அவனால் தன் மனதை மாற்றிக் கொள்ள முடியவில்லை. ஒவ்வொரு முறை தனது அறைக்குள் நுழையும் போதும் அவனுக்கு ஒரு வகையான குற்ற உணர்வும் பரிதாபமுமே ஏற்பட்டுக்கொண்டிருந்தது. தரையில் உட்கார்ந்த படி அந்த மனிதனை வெறித்துப் பார்த்துக் கொண்டே இருப்பான் அவன்.

இரவுச் சாப்பாடு முடிந்து சமையலறையை விட்டு வெளியே வந்தான் குஞ்சபிகாரி. சாப்பாட்டு நேரத்தில் அந்த முகம் தெரியாத போர் வீரனை எங்காவது அப்புறப்படுத்துமாறு அவனது பெற்றோர் தொடர்ந்து அவனை நச்சரித்துக் கொண்டே இருந்ததில் எரிச்சலுற்றிருந்தான் அவன்.

“சரி, சரி…! நான் குராபோர் மணியை வரச்சொல்லி ஏதாவது செஞ்சுக்கறேன். எப்பப்பார்த்தாலும் நச்சரிச்சுப் பிடுங்கிக்கிட்டு…” என்று பேசிக் கொண்டே வந்தவன், தன் அறைக்குள் நுழைந்ததும் சட்டென்று பேச்சை நிறுத்தினான். அந்த வீரனின் கண்கள் அகலத் திறந்திருந்தன. அதைக் கண்டு அவன் அப்படியே சிறிதுநேரம் நின்றான். அந்த வீரன், தன்

தலையைத் திருப்பி குஞ்சபிகாரியை உற்றுப் பார்த்தான். தன் கால்கள் வெடவெடத்துக் கொண்டிருப்பதை உணர்ந்தாலும் காரணமே இல்லாமல் அந்த மனிதனைப் பார்த்துப் புன்னகை செய்தான் குஞ்சபிகாரி.

"ஹரா ஹெட்டா..." என்று அந்த வீரன் பலவீனமாக ஏதோ முணுமுணுத்தான்.

"என்ன வேணும்..?" என்றபடி அவன் பக்கம் விரைந்து சென்றான் குஞ்சபிகாரி.

"ஹரா ஹெட்டா... ஹொன்டோனி" என்று தன் உதடுகளை ஈரப்படுத்தியபடி வேகவேகமாக மூச்சிரைக்க முணுமுணுத்தான் அந்த வீரன்.

"ஹரே... ன்னா என்ன?" என்று அப்பாவித்தனமாகக் கேட்டான் குஞ்சபிகாரி.

"ஹரா ஹெட்டா" என்றபடி இம்முறை தன் விரலை வாயருகே கொண்டு சென்று சைகை செய்தான் அந்த மனிதன். உடனே அவன் கேட்பது சாப்பாடுதான் என்பதைக் குஞ்சபிகாரி புரிந்துகொண்டான்.

சமையலறைக்குள் ஓடிப்போய் சமைத்த பாத்திரத்திலிருந்து நிறைய சாதத்தை ஒரு கிண்ணத்தில் அள்ளிக் கொண்டான்.

"நீ இப்ப என்ன செய்யப்போறே" என்று பயத்தோடு கேட்டாள் அம்மா. திடீரென்று அவன் அப்படி நடந்து கொண்டதைக் கவனித்துப் பார்த்துக் கொண்டிருந்தார் அப்பா.

"அந்த மனுஷன் முழிச்சிக்கிட்டிருக்கான்" என்றான் குஞ்சபிகாரி. தன் பெற்றோர் உறைந்து போய் அமர்ந்திருந்ததை அவனால் பார்க்க முடிந்தது. ஆனாலும் கூட அவன் தன் அறையை நோக்கி வேகமாகச் சென்றான். அந்த மனிதனின் அருகில் உட்கார்ந்து சூடான சாதக் கிண்ணத்தை அவனிடம் நீட்டினான். கிண்ணத்தைப் பறித்துக் கொண்ட அவன் அதிலிருந்த சோற்றை வேகவேகமாக வாய்க்குள் திணித்துக் கொள்வதைப் பார்த்த குஞ்சபிகாரி படுக்கை அருகிலிருந்து சற்றே நகர்ந்தான். சோறு தொண்டையை அடைத்துக் கொண்டதால் அவன் பயங்கரமாக இருமினான். என்ன செய்வதென்று தெரியாத குஞ்சபிகாரி அவனது முதுகில் தட்டிக்கொடுக்க ஆரம்பித்தான். அப்படிச் செய்தால்

அடைத்துக் கொண்டிருக்கும் சோறு வாயிலிருந்து வெளியே தெறித்து வந்துவிடலாம் என்பது, அவன் எண்ணம். அந்த மனிதனின் முகம் சிவந்து கொண்டே போவதைப் பார்த்த குஞ்சபிகாரி, அவனது முடிவு நெருங்கி விட்டதாகவே உறுதிப்படுத்திக் கொண்டான்.

“இந்தா குடி...” என்றபடி ஒரு கிளாஸில் தண்ணீர் எடுத்துக் கொண்டு ஓடிவந்த அவனது அம்மா அதை அந்த வீரனிடம் கொடுத்தாள். அவன் அதை ஆவலோடு வாங்கிக் குடித்ததும் அவனது இருமலும் நின்றுவிட்டது.

“கடவுளே! அவன் எங்கே செத்துடப் போறானோன்னு நினைச்சேன்” என்றபடி நிம்மதிப் பெருமூச்சு விட்டான் குஞ்சபிகாரி.

“போதும்போதும்! நீ அவனை ஒரு தடவை கொல்லப் பார்த்ததே போதும்! நீ என்கிட்ட சொன்ன மாதிரி அவனை நல்லா பார்த்துக்கோ... நீயும் தூங்கு” என்றபடி கோபத்தோடு அங்கிருந்து அகன்றாள் அம்மா.

குஞ்சபிகாரி அவனைப் பார்த்தான்; அவனும் இவனையே பார்த்துக் கொண்டிருந்தான்.

‘அரி’ என்று ஏதோ சொல்ல ஆரம்பித்து விட்டு அந்த வார்த்தையை முடிக்காமல் கண்ணீரோடு அவனை வணங்கினான் அந்த மனிதன். குஞ்சபிகாரியும் ஏனோதானோ என்று பதில் வணக்கம் செய்தான்.

“தூங்குங்க.. படுத்துக்கங்க... ம் இங்கே” என்றபடி போர் வீரனின் அருகே சென்று போர்வையை அவன் மீது போர்த்தி விட்டான். அந்த மனிதன் எல்லாவற்றுக்கும் கீழ்ப்படிந்தான்; அவ்வளவு அபாயகரமானவனாகவும் அவன் தோன்றவில்லை. மிகமிகப் பலவீனமாகவே இருந்தான். ஒரு தமாஷுக்காக அவனை வீழ்த்த வேண்டுமென்று எவராவது நினைத்தால் எளிதில் அடித்து வீழ்த்தி விடலாம் போலவே அவன் இருந்தான்.

தரையில் விரித்திருந்த தன் கந்தைத் துணியில் போய் உட்கார்ந்து கொண்டு அந்த ஆளை இரகசியமாகக் கவனிக்கத் தொடங்கினான் குஞ்சபிகாரி. அந்த மனிதன் நேராகப் படுத்திருந்தான்; அவனது கண்கள் எந்த இலக்கும் இன்றி

மேற்கூரையை வெறித்துக் கொண்டிருந்தன. அவன் முகத்தில் கண்ணீர் வழிந்து கொண்டிருந்தது.

'போர் செய்யறதுக்குன்னு வந்திட்டீங்க, வேற என்னத்தை எதிர்பார்க்க முடியும் உங்களாலே' என்று நினைத்தபடி அவன் மீதிருந்த இரக்கத்தை மாற்றிக் கொள்ள முயற்சித்தான் குஞ்சபிகாரி. இரவு முழுவதும் அவனைக் கவனமாகக் கண்காணிக்க வேண்டும் என்றும் நினைத்துக் கொண்டான். ஆனால் அடுத்த முறை அவன் கண்களைத் திறந்து பார்த்தபோது பொழுது விடிந்திருந்தது. அந்த அளவுக்கு ஒரு மரக் கட்டையைப் போலத் தூங்கிப் போயிருந்தான் அவன். உடனே எழுந்து கொண்டு அந்த வீரனைப் பார்த்தான். அவன் இன்னும் கூட அந்தப் படுக்கையில் படுத்தபடி விட்டத்தை வெறித்துக் கொண்டிருந்தான்.

குஞ்சபிகாரி அறையை விட்டு வெளியே வந்தான். தன் பெற்றோர் காலை உணவு தயாரித்துக் கொண்டிருந்ததைப் பார்த்தான். அப்பா காய் நறுக்கிக் கொண்டிருக்க அம்மா, அரிசி களைந்து கொண்டிருந்தார்.

"அடுப்பிலே இருந்து அந்தப் பானையை எடுத்துக்கிட்டுப்போய் அதிலே இருக்கிற மூலிகைக் கஷாயத்தை அவனைக் குடிக்கச் சொல்லு. அது அவனோட புண்ணை ஆத்திடும்" என்று எந்த உணர்ச்சியும் காட்டாமல் சொல்லிவிட்டுத் தன் வேலையைத் தொடர்ந்தாள் அம்மா. அப்பாவும் அவனைக் கண்டுகொள்ள வில்லை.

"சரி..." என்றபடி அந்தச் சிறிய மருந்துப் பானையை எடுத்துக்கொண்டு வீரனின் அருகே சென்றான் குஞ்சபிகாரி.

"இதைக் குடிங்க" என்றபடி அவன் வாய்க்குள் பானையைச் சரித்துப் பிடித்தான். அவனும் எந்த மறுப்பும் காட்டாமல் அதை விழுங்கினான். அந்த மருந்து கசப்பாக இருந்திருக்க வேண்டுமென்பது பானையிலிருந்ததைக் குடித்துவிட்டு அவன் தன் கண்களைச் சுருக்கிக் கொண்டதிலிருந்து தெரிந்தது.

குஞ்சபிகாரி எதுவும் பேசாமல் அறையிலிருந்து வெளியே சென்றான். அவனால் எதையும் புரிந்துகொள்ள முடியவில்லை. மதியச் சாப்பாட்டு நேரத்தில் மறுபடியும் வந்து உணவு கொடுத்தான். தலைக்கு மேல் விமானங்கள் பறக்கும் உறுமலும், குண்டுச்சத்தமும் கேட்டுக் கொண்டே இருந்தன. ஆனால் எவரும் அதைப் பற்றி அதிகம் அலட்டிக் கொள்ளவில்லை.

மூன்று நாட்கள் கழித்து அந்த மனிதன், தானாகவே எழுந்து உட்கார்ந்தான். குஞ்சபிகாரி தந்த மருந்துகளைப் பணிவோடு வாங்கிச் சாப்பிட்டான்.

இந்த உலகத்தின் இன்னொரு பகுதியில் இருக்கும் ஒரு மனிதன் கிட்டத்தட்ட தன்னைப் போலவே இருப்பது எப்படி என்று அந்தப் போர்வீரனை உற்றுப் பார்த்துப் பார்த்து ஆச்சரியப்பட்டுக் கொண்டிருந்தான் குஞ்சபிகாரி. அந்த மனிதன் இவனைவிட வெளிறிப்போய்த் தெரிந்தான் என்றாலும் அவனது இடுங்கலான கண்களும், சிறிய மூக்கும், பளபளப்பான கறுத்த முடியும் இவனுடையது மாதிரிதான் இருந்தன. சாப்பாட்டைப் பற்றியும் அவன் எந்தப் புகாரும் சொல்லவில்லை. அதை அவன் விரும்புகிறான் என்றும் கூடத் தோன்றியது.

தரையில் உட்கார்ந்தபடி அவனையே பார்த்துக் கொண்டிருந்தான் குஞ்சபிகாரி. சில சமயங்களில் அவர்களது தலைக்கு மேல் அந்த உலோகப் பறவை பறந்து செல்லும்போது தன்னிச்சையாக மண்டியிட்டுக் கொண்டான்.

“உங்க பேர் என்னன்னு சொன்னீங்கன்னா நல்லா இருக்கும்” என்று குஞ்சபிகாரி முணுமுணுத்தான். உண்மையில் அதற்குப் பதில் கிடைக்கும் என்று அவன் எதிர்பார்த்திருக்கவில்லை.

“எச்சி, நீ... சான்..” என்று பல வார்த்தைகள் அந்த மனிதனின் வாயிலிருந்து இரகசியம் போல மெல்லிய குரலில் வெளிப்பட்டன. அவன் உண்மையில் ஏதோ பேசுகிறான் போலிருக்கிறதே என்று அவனை ஏறிட்டுப் பார்த்து ஆச்சரியப்பட்டான் குஞ்சபிகாரி. அவன் தொடர்ந்தான்...

அது ஏதோ ஒரு பாடல் என்பதைப் புரிந்து கொண்டான் குஞ்சபிகாரி. அதில் குறுக்கிட அவன் விரும்பவில்லை. தனது பலவீனமான, கனத்த குரலில் அவன் பாடிக்கொள்ளட்டும் என்று சும்மா இருந்தான் அந்த மனிதன் அந்த வரியையே திரும்பத் திரும்பப் பாடினான்.

தொடர்ந்து வந்த நாட்களிலும் போர் முடிவதாக இல்லை. இம்பாலிலிருந்து தொடர்ந்து ஓரளவு நல்ல செய்தி வந்து கொண்டிருந்தாலும் காற்றில் கூட இன்னும் நடுக்கம் பரவியிருந்தது. அந்தப் போர் வீரன் அதற்கு மேல் எதுவும் பேசவில்லை. குஞ்சபிகாரியும் அதற்குமேல் அவனது மௌனத்தைக் கலைக்க முயலவில்லை.

வழக்கம்போல அவன் எப்படி இருக்கிறான் என்பதைப் பார்க்க அறைக்குள் நுழைந்தபோது முதல்முறையாக அவன் குஞ்சபிகாரியை நோக்கிப் புன்னகை செய்தான். குஞ்சபிகாரியும் ஒப்புக்குப் புன்னகை செய்து வைத்தான். அந்த மனிதனின் உடல் நலம் பெரும்பாலும் தேறியிருந்தது.

“குஞ்சபிகாரி” என்று கூப்பிட்டான் வீரன்.

“அடேடே, என் பேரை எப்பக் கத்துக்கிட்டீங்க” என்று ஆச்சரியத்தோடு கத்திய குஞ்சபிகாரியின் முகத்தில் குழப்பமும் இருந்தது.

“ஆனா.... நீங்க எப்படி?” என்றவனுக்கு யோசித்துப் பார்த்தபோது அதற்கான பதில் கிடைத்துவிட்டது.

“அம்மாதான் என் பேரைச் சொல்லி ஓயாம கூப்பிட்டுக் கிட்டே இருக்காங்களே? அப்புறம் அவனுக்கு எப்படி அது தெரியாம இருக்கும்” என்று உடனே நினைத்துக் கொண்டான்.

“செய்ஃபுகு...” என்று தன் சீருடையைச் சுட்டிக்காட்டி முணுமுணுத்தான் வீரன். அவன் இங்கே வந்து சேர்ந்த அன்றே அதை நன்றாகத் துவைத்துக் காய வைத்திருந்தான் குஞ்சபிகாரி. அதை எடுத்துக் கொடுத்ததும் வீரன் மீண்டும் ஒரு புன்னகையோடு அவனுக்கு வணக்கம் செலுத்தினான்.

“வெளியே போகப் போறீங்களா என்ன? ஆமாம்... எங்கே போவீங்க” என்று மெல்லிய குரலில் கேட்டான். அந்த மனிதனால் அதைப் புரிந்துகொள்ள முடியாது என்பதையும் அவன் அறிந்தே இருந்தான்.

மெல்ல உடையணிந்து கொண்டே வழக்கமான தன் பாடலைப் பாட ஆரம்பித்தான் வீரன்.

குஞ்சபிகாரி, அந்த அறையை விட்டு வெளியேறித் தன் பெற்றோரிடம் சென்றான். அவனும் கூட அந்தப் பாடலைத் தனக்குத் தானே முணுமுணுத்துக்கொண்டிருந்தான். அந்த அந்நிய மொழி எப்படியோ அவனுக்குள் ஒட்டிக் கொண்டு விட்டது.

அன்று, இரவுச் சாப்பாட்டுக்குப் பிறகு வீட்டின் பின் பக்கத்துக் கதவை ஏனோ திறந்து வைத்திருந்தான் குஞ்சபிகாரி. அப்படி அவன் வழக்கமாகச் செய்வதே இல்லைதான். ஆனால் பிரகாசமாக வீசிக்கொண்டிருந்த நிலவொளியும், அதில்

அமைதியாகக் காட்சி தந்து கொண்டிருந்த மூங்கில் காடுகளும் கதவைத் திறந்து வைக்குமாறு அவனை அன்று தூண்டியிருந்தன.

மறுநாள் தன் படுக்கையில் மூங்கில் கத்தி ஒன்று இருப்பதைக் கண்டான் குஞ்சபிகாரி. அந்த வீரன் அங்கே இல்லை. அங்கிருந்து பிரிந்து செல்லும் போது அதைத் தன் நினைவுப் பரிசாக விட்டுச் சென்றிருந்தான் அவன்.

அவனை அதற்குப் பிறகு குஞ்சபிகாரி பார்க்கவே இல்லை. போரில் பிரிட்டிஷ் ஏகாதிபத்தியமே வெற்றி பெற்றதாக அறிவிக்கப்பட்டது. பின்வந்த நாட்களில் கொத்துக் கொத்தான சடலங்கள் வண்டியில் ஏற்றிக் கொண்டு செல்லப்பட்டன. ஜப்பான் நாட்டின் இழிவான முற்றுகையை முடிவுக்குக் கொண்டு வந்து விட்டதாக பிரிட்டிஷ் தலைவர்கள் கொண்டாடினர். அந்த இம்பால் யுத்தத்தை 'ஜப்பான் லான்' என்ற பெயராலேயே நாட்டுமக்கள் எப்போதும் நினைவில் வைத்துக்கொண்டிருக்கிறார்கள்.

எழுபது ஆண்டுகள் ஓடிப்போய்விட்டன. குஞ்சபிகாரியின் மரணப் படுக்கையருகே அவனது பேரன் அமர்ந்திருந்தான். அப்பாவியான அந்தச் சின்னப்பையன் சுருக்கம் விழுந்த தன் தாத்தாவின் கையைத் தட்டி விளையாடிக் கொண்டிருந்தான். திறந்தபடி கிடக்கும் பின்கதவு குஞ்சபிகாரியின் படுக்கையிலிருந்து தெரிந்தது. அதன் மீதே அவன் கண்கள் நிலைகுத்திப் போயிருந்தன. அந்த மூங்கில் கத்தியை அவன் அத்தனை நாளும் கவனமாகப் பாதுகாத்து வந்தான். பிறகு எதிர்பாராத ஒரு நண்பனிடம் இருந்து கிடைத்த நினைவுப் பொருள் அது என்று கூறி அதைத் தன் மகனுக்கு அளித்து விட்டான். அந்த வீரனைப் பற்றிய நினைவு மனதில் வரும்போதெல்லாம் புன்னகை செய்வதுபோல இப்போதும் மெலிதாகப் புன்னகைத்தான் குஞ்சபிகாரி. அவன் ஒருபோதும் அந்த வீரனை மறந்ததில்லை. தன் வாழ்நாளில் என்றென்றும் நினைவு வைத்துக் கொள்ள வேண்டிய மறக்கமுடியாத அந்தச் சந்திப்பைக் குறித்த கதையைப் பலரிடமும் எண்ணற்ற தடவைகள் சொல்லியிருந்தான் அவன்.

"தாத்தா... உங்களுக்குப் பிடிச்ச அந்தப் பாட்டை நான் பாடவா?" என்று அவனை உற்சாகப்படுத்தும் வகையில் கேட்டான் பேரன். சம்மதத்துக்கு அறிகுறியாக அவன்

தலையசைக்கும் முன்பே அந்தச் சிறுபையன் அதைப் பாடத் தொடங்கியிருந்தான்.

அதன் பொருள் என்னவென்பது எவருக்குமே தெரியா விட்டாலும் தன் இறுதிப் பயணத்தை நோக்கிச் சென்று கொண்டிருக்கும் அந்த முதியவனுக்கு அது விசித்திரமான ஓர் ஆறுதலாக இருந்தது.

❍

---

*பின்குறிப்பு ; [*மிகச் சிறிய மாநிலமான மணிப்பூர் 1891ஆம் ஆண்டில் பிரிட்டிஷ் இந்தியப் பேரரசின் ஒரு பகுதியாக இருந்தது. இரண்டாம் உலகப் போரின்போது ஏகாதிபத்திய ஜப்பானியப் படைகளுக்கும், நேச நாட்டுப் படைகளுக்கும் இடையே கடுமையான போர் நிகழும் யுத்த பூமியாக அது இருந்தது. பசியோடு துரத்தியடிக்கப்பட்ட ஜப்பான் நாட்டு இராணுவ வீரர்கள் 'இம்பால்' என்ற மந்திரம் ஒன்றையே தங்கள் கனவிலும் உச்சரித்துக் கொண்டிருந்தனர். பிரிட்டிஷார் மற்றும் நேசப் படைகளுக்கு எதிரான போரில் அவர்கள் மட்டும் இம்பாலைத் தகர்த்து வெற்றியடைந்திருந்தார்கள் என்றால் அவர்களது விதியும், ஜப்பானின் விதியும் மட்டும் வேறு வகையாக மாறியிருக்காது. இந்த உலகமே அப்போது முற்றாக மாறியிருக்கும்.]*

● மணிப்புரி

வேட்டை நாய்

லிந்தோய் சானு

பிரெல் கல்லூரியிலிருந்து அப்போதுதான் திரும்பி வந்திருந்தான். அவன் வீடு ஏற்கனவே ரணகளமாகி இருந்தது. அவனது குடிகாரத் தந்தை மீண்டும் வீட்டுக்கு வந்திருந்தார். அப்போது அவனது அம்மாவும், இளைய தங்கையும் மட்டுமே வீட்டில் இருந்தனர். ஒவ்வொரு முறை வீட்டைவிட்டுப் புறப்படும் போதும் தங்கள் வீட்டுச் சமையலறையின் மண்தரையில் சடலங்கள் ஏதும் விழுந்துவிடக் கூடாதே என்று அவன் பிரார்த்தனை செய்து கொள்ள வேண்டியதாக இருந்தது.

பிரெல் தரையில் சிதறிக்கிடந்த கண்ணாடிச் சில்லுகளை விரைவாகப் பொறுக்கியெடுத்தபடி அழுகையை நிறுத்துமாறு தன் தங்கையிடம் சொல்லிவிட்டுத் தங்கைக்கு முன்னால் அழுவதை நிறுத்துமாறு தன் தாயையும் கடிந்து கொண்டான். அவனது தாய் எழுந்து நின்று தன் கண்ணீரைத் துடைத்தபடி உடைந்த குரலில் அவனிடம் புகார் செய்தாள்.

''அந்த 'மஹாசந்தான்' (போக்கிரி) வீட்டுக்கு வந்து உன்னோட பரீட்சை ஃபார்ம் நிரப்பிக்கொடுக்கறதுக்காக வச்சிருந்த பணத்தை எடுத்துக்கிட்டார் தம்பி! அவரோட மல்லுக்கட்டிப் போராடின போது இது உடைஞ்சு போச்சு'' என்றபடி உடைந்த கண்ணாடிப் பாத்திரங்களைச் சுட்டிக் காட்டினாள் அவன் தாய்.

"நாம எங்கேயுமே கண்ணாடிப் பாத்திரம் எதுவும் வச்சுக்க வேண்டாம்னு உங்ககிட்டே நான் ஏற்கனவே சொல்லி யிருக்கேனேம்மா, முதல்லே நம்ம வீட்டிலே பணம் இருக்குன்னு

நீங்க அவர்கிட்டே சொல்லியிருக்கக் கூடாது! அது உங்க தப்புதான்... நீங்களும் உங்க ஓட்டை வாயும்...''

அவள் ஏதோ கத்திக் கொண்டே இருந்தாள். அவன் அவள் பக்கம் திரும்பிப் பார்க்காமல் தன் தங்கையின் கண்ணீரைத் துடைத்துவிட்டபடி அவளுக்கு ஏதாவது காயம் ஏற்பட்டிருக்கிறதா என்று பார்த்துக் கொண்டிருந்தான்.

"ஐயோ கடவுளே! நான் அப்படியெல்லாம் சொல்லவே இல்லை. அவர் வழக்கம் போல நல்லாக் குடிச்சிட்டு வந்தார். விக்கிறதுக்காக என்னோட 'பேஃனக்'கைக் கேட்டாரு! ஏற்கனவே என் உடம்பை மூடிக்கப் பாதித்துணிதான் இருக்கு...! இதிலே அவருக்குக் கொடுக்க என்கிட்டே என்ன இருக்கு? அப்புறம் அவராவே அலமாரிக்குள்ளே எல்லாம் குடைஞ்சு தேடிப் பார்த்து எடுத்துக்கிட்டார். அதிலே என் தப்பு எதுவுமில்லேப்பா. எதுவுமே இல்லை''

''சரி... ரொம்ப நல்லது! நான் பரீட்சைக்கு ஃபார்ம் அனுப்ப முடியப் போறதில்லை. எப்படியோ என்னாலே படிக்க முடியாது. அதோட நிறுத்துங்க பேச்சை.'' என்று கூறியபடி தன் சின்னத் தங்கையைத் தூக்கிக் கொண்டுபோய்ப் படுக்கையில் படுக்க வைத்து, உடனே தூங்குமாறு அவளுக்குக் கட்டளையிட்டான் பிரெல். அந்தச் சிறுமி தன் போர்வைக்குள் விரைவாகச் சுருண்டு கொண்டாள்.

"எமா (அம்மா), நான் பக்கத்திலே இல்லாதப்ப அப்பாவோட சண்டை போடாதீங்க. அவர் என்ன செய்வார்னு உங்களுக்குத் தெரியாது, கடவுள் சத்தியமா அவர் ஒரு பயங்கரக் குடிகாரர்'' என்று பல்லைக் கடித்துக் கொண்டே பேசினான் பிரெல்.

"நீ வீட்டிலே இல்லை, காலேஜுக்குப் போயிருக்கேன்னு அவருக்குத் தெரியுது... அதனாலே அந்த நேரம் பார்த்து பணத்தை எடுத்துக்கலாம்னு ஆவேசமா வந்திடறாரு... அந்த நேரத்திலே போய் சும்மா டீயை உறிஞ்சிக்கிட்டு, நான் பாடுபட்டுச் சம்பாதிச்ச பணத்தை அவர் திருடிக்கிட்டுப் போறதைப் பார்த்துக்கிட்டிருக்கவா சொல்றே?''

"ஷ் ஷ் ஷ்...'' என்று தன் உதட்டின் மீது விரலை வைத்து அவளை அடக்கியபடி தன் தங்கை உறங்கும் அறையின் பக்கம் திரும்பிப் பார்த்தான் பிரெல்.

"ஐயோ எமா (அம்மா) எப்படி இருந்தாலும் அவர் எடுத்துக்கத்தான் போறார். விட்டுத் தள்ளுங்க... 'அபெமா' (தங்கச்சி) எப்படிப் பயந்து போயிருக்கா பாருங்க! ஒவ்வொரு நாளுமே இப்படி நடுங்கிக்கிட்டிருக்கா. பைத்தியம் பிடிச்சிடும் போல இருக்கு அவளுக்கு."

"அவ நல்லாதான் இருக்கா. இந்த மாதிரி சூழ்நிலைகளை எப்படிச் சமாளிக்கிறதுன்னு அவ கத்துக்கணும். நம்ம குடும்பத்திலேயோ இப்ப இது வாடிக்கையாப் போச்சு. நீ அவளைப் பத்தி என்னதான் நினைச்சுக்கிட்டிருக்கே? ஒரு இளவரசி மாதிரி வளர்க்கணும்னா நினைக்கிறே? இவங்களை யெல்லாம் எப்படி உதைச்சுத் தள்ளலாம்னு இந்த நேரத்துக்குள்ளே அவ கத்துக்கிட்டிருப்பா."

"எமா! என்னாலே நம்பவே முடியலை. நீங்க எங்களுக்காக நிஜமாவே பாடுபட்டு உழைக்கிறீங்கதான். ஆனாலும் இந்த மாதிரிப் பேச்சையெல்லாம்... உங்ககிட்டே இருந்து நான் எதிர்பார்க்கவே இல்லை."

உடைந்து விழுந்திருந்த கண்ணாடித் துண்டுகளைப் பொறுக்கிக் கொண்டிருந்த அம்மாவைச் சமையலறையிலேயே விட்டுவிட்டுத் தான் வளர்த்து வரும் வாத்துகளுக்குத் தீனி போடுவதற்காக வீட்டருகே உள்ள சிறிய குளத்தை நோக்கிச் சென்றான் பிரெல்.

பிரெல் தங்களை நோக்கித் தீனியோடு வருவதைப் பார்த்த வாத்துகளெல்லாம் மகிழ்ச்சியோடு "க்வாக் க்வாக்" என்று ஆரவாரம் செய்தன.

"நல்லா சாப்பிட்டுட்டு நிறைய முட்டை போடுங்க" என்று வாத்துகளிடம் முணுமுணுத்தான் அவன். குளத்துக்குள் இறங்கிக் குளிப்பதற்காகத் தன் உடைகளைக் கழற்றிவிட்டுப் பழைய துண்டு ஒன்றால் தன் உடம்பைக் கவனமாகச் சுற்றிக் கொண்டான். குளிக்கும்போதே வியர்வையில் நனைந்திருந்த தன் கல்லூரிச் சீருடையை, அங்கே இருந்த மூங்கிலால் செய்யப்பட்ட படித்துறை ஒன்றில் வைத்துத் துவைத்தான். ஈரத் துணிகளைக் கொடியில் காயவைத்த பிறகு, தான் சுற்றிக் கட்டிக் கொண்டிருந்த துண்டோடு உடை மாற்றிக் கொள்வதற்காகத் தன் அறைக்குள் நுழைந்தான்.

பிறகு வெளியே வந்து தன் சைக்கிளில் ஓடிப்போய் ஏறியபடி 'இபோடோம்பி அண்ட் சன்ஸ்' பணிமனையை நோக்கி முழு வேகத்தோடு அதைச் செலுத்தினான். 'பபங்' (பெரியவர்) இபோடோம்பி துரு நிரம்பிக் கிடந்த அந்தப் பணிமனையின் வாசலிலேயே நின்று கொண்டிருந்தார். துருப்பிடித்துப் போய்ப் பழுதான ஏராளமான வாகனங்கள் காலம் காலமாக அங்கே குவிந்து கிடந்தன.

"ஏ 'அங்காங்' (பையா)! கொஞ்சம் சீக்கிரம் வான்னு எத்தனை தரம் சொல்றேன்? கேக்கவே மாட்டேங்கிறே... இப்ப குளிச்சு முடிச்சிட்டு ரொம்பச் சுத்தமா டிரஸ்பண்ணிக்கிட்டு வந்திருக்கிறதைப் பாரு! முதல்லே உன்னோட வேலை என்னன்னு முதலிலே உனக்குத் தெரியுமா? நீ எண்ணெய்ப் பிசுக்கைத் துடைக்கிறவன்... எண்ணெய்ப் பிசுக்கை..."

பிரெல் சைக்கிளில் உள்ளே நுழையும்போதே இபோடோம்பி அவனைக் கடிந்து கொண்டு சத்தம் போட்டார். பிரெல் மன்னிப்புக் கோரும் வகையில் ஒரு சிறு புன்னகை செய்துவிட்டுத் தான் பழுது பார்த்து வந்த ஸ்கூட்டர் அருகே வேகமாகச் சென்றான். உதட்டிலே புகையும் சிகரெட்டோடு, "அவன் வேணும்னேதான் இப்படிச் செய்யறான். நேரத்தை வீணாக்க வழி பார்க்கிறான், அதுதான் இப்படி லேட்டா வர்றான். ஏதோ காலேஜிலே படிக்கிற பையனாச்சேன்னு கொஞ்சம் சலுகை காட்டினா. அப்பப்ப இப்படி என் உயிரை எடுத்திடறானே" என்று 'பபங்' இபோடோம்பி முணுமுணுத்துக் கொள்வது அவனுக்குக் கேட்டது.

ஸ்கூட்டரின் 'டேங்க்கைச் சுத்தம் செய்துவிட்டு என்ஜினைச் சீரமைப்பதில் ஈடுபட்டிருந்த சகபணியாளனுக்கு உதவி செய்து கொண்டிருந்தான் அவன். எல்லா உதிரி பாகங்களையும் கழற்றி எடுத்துவிட்டு அவற்றைத் திரும்பப் பொருத்தும் வேலையை அவர்கள் இருவரும் திறமையாகச் செய்துகொண்டிருந்தனர். வழக்கம் போல மாலைவரை வேலை செய்து கொண்டிருந்துவிட்டுக் கிளம்பத் தயாரானான் அவன். பெரும்பாலான தொழிலாளர்கள் ஏற்கனவே வீட்டுக்குப் புறப்பட்டுச் சென்றிருந்தனர். இபோடோம்பி மட்டும் சாய்வு நாற்காலியில் அமர்ந்தபடி சிகரெட்டைப் புகைத்துக் கொண்டே செய்தித்தாளை வாசித்துக் கொண்டிருந்தார். மற்றவர்களை விட வயதில் சிறிய தொழிலாளியான பிரெல், எல்லோரும் போன பிறகு, அந்த

இடத்தைச் சுத்தம் செய்துகொண்டும் பழுதுபார்க்கும் கருவிகளை அடுக்கி வைத்துக் கொண்டும் இருந்தான். தான் பார்க்கும் வேலைக்குச் செலுத்தும் மரியாதையாக அதைச் செய்து வந்த அவன், ஒருபோதும் அது குறித்து அலுத்துக் கொள்வதில்லை. சொல்லப்போனால், சரியான நேரத்துக்கு வர முடியவில்லையே என்ற சிறிய குற்ற உணர்வே அவனிடம் இருந்தது. அலங்கோலமாகக் கிடந்த பணிமனையை அமைதியாகச் சுத்தம் செய்து கொண்டிருந்தான் பிரெல். கருவிகளை ஒழுங்காக அடுக்கி வைத்தான்; குப்பை கூளங்களை அகற்றித் தரையைச் சுத்தம் செய்தான். அப்போது பருத்த தொந்தி கொண்ட குட்டையான ஒரு ஆசாமி திடீரென்று பணிமனைக்குள் ஓடி வந்தார். உயர்தரமான சுத்தமான சூட் அணிந்திருந்த அவர்,

“இபோடோம்பி...! நான் பெரிய சிக்கல்லே மாட்டிக்கப் பார்த்தேன். உன்னோட வேலைக்கார ராஸ்கல்கள் என்னோட என்ஜினைச் சரியாவே மாட்டலை”

“ஐயையோ... என்ன ஆச்சு?” என்றபடி கையில் புகைந்து கொண்டிருந்த சிகரெட்டைக் காலடியில் போட்டு நசுக்கியபடி இடத்தை விட்டு வேகமாக எழுந்திருந்தார் இபோடோம்பி.

“அதுதான்... சிக்கல்னு நான் சொன்ன மாதிரி, மலைமேலே வண்டி போயிக்கிட்டிருந்தப்பவே பாதி வழியிலே நின்னு போச்சு, சரியா ‘செக்’ பண்ணிக் கொடுங்கன்னு உங்ககிட்டே நான் சொன்னேனா இல்லையா? ஐயோ... கடவுளே... பாதி வழியிலே அப்படியே மாட்டிக்கிட்டேன்”

“நான் கேட்டேனே அவங்க கிட்ட..., கொஞ்சம் இருங்க” என்றபடி தர்மசங்கடத்தோடு சுற்றும் முற்றும் பார்த்த இபோடோம்பியின் கண்ணில், கருவிகளைச் சுத்தம் செய்து கொண்டிருந்த பிரெல் தென்பட்டான்.

“ஏய் பிரெல்... வா இங்கே” என்று கூச்சல்போட்டான் அவன்.

துடைத்துக் கொண்டிருந்த துண்டைத் தரையில் போட்டு விட்டு பவ்வியமாக அவரருகே சென்றான் பிரெல்.

‘‘நீ என்னதான் செஞ்சு தொலைக்கிறே...? இந்த அங்கிளோட காரை முழுசா செக் பண்ணணும்னு உன்கிட்டே சொல்லியிருந்தேனா இல்லையா?” கிட்டத்தட்ட பிரெலை

அடிப்பது போல அவன் மீது இபோடோம்பி பாய, பிரெல் சற்றுப் பின்வாங்கிக் கொண்டபடி நடுக்கத்தோடு பதிலளித்தான்.

“நேத்து அவரோட கார் வேலையை நான் செய்யலை... கோகெனும் அவனோட சேர்ந்த இன்னும் கொஞ்சம் பேரும்தான் அதைச் செஞ்சுக்கிட்டிருந்தாங்க. நான் ‘டா’ மேலமோட (மேலம் அண்ணனோட) சேர்ந்து ஸ்கூட்டர் ரிப்பேர்தான் பார்த்துக் கிட்டிருந்தேன்”

“வாயை மூடு! அதை நல்லபடியா சரியாக்கித் தரணும்னு நான் சொன்னப்ப நீயும்தானே இருந்தே. உன்கிட்டே மெனக்கிட்டுத் தனியாவே அதைச் சொன்னேன்.”

இபோடோம்பி மிகுந்த கோபாவேசத்துடன் பிரெலைக் கேவலப்படுத்திக் கொண்டிருந்தார். தன்னுடைய பணக்கார வாடிக்கையாளர்களில் ஒருவர் தன்னைத் தர்மசங்கடப்படுத்தி விட்டதால் ஏற்பட்ட கோபத்தை பிரெல் மீது காட்டி அவனைப் பழி தூற்றிக்கொண்டிருந்தார் அவர். பிறகு அந்தக் குட்டையான மனிதரிடம் மன்னிப்புக் கேட்டுக் கொண்டு, அதைச் சரி செய்து தருவதாக வாக்களித்தார். அந்த மனிதர் பிரெலைக் கடுகடுப்போடு பார்த்துக் கொண்டே தயக்கத்துடன் வெளியேறிச் சென்றார்.

“ஐயா... நிஜமாவே அந்தக் காரைச் சரிபார்த்துக்கிட்டிருந்தது சோசென்தாங்தான் ஐயா” என்று அந்தக் குட்டை மனிதர் கண்பார்வையிலிருந்து மறைந்த பின் அமைதியாக இபோடோம்பியிடம் சொன்னான் பிரெல்.

“ஏய்... பேசாம வாயை மூடு! நீ எப்பவுமே லேட்டாதான் வேலைக்கு வரே! ஒழுங்கா வர்றதில்லை, அலட்சியமா வேற இருக்கே, உன்னாலே எனக்கு எப்பவுமே பிரச்சினைதாங்கிறதிலே சந்தேகமே இல்லை. ஆனாலும் ஏதோ பாவமேன்னு இன்னும் கூட உன்னைப் பொறுத்துக்கிட்டிருக்கேன். சரி சரி போ போ வீட்டுக்கு” என்று கூச்சலிட்டபடி தன் சட்டைப் பையிலிருந்து இன்னொரு சிகரெட்டைத் துழாவி எடுத்துக்கொண்டார் இபோடோம்பி.

அவமானத்தை விழுங்கிக்கொண்டபடி தன் சைக்கிளை நோக்கி நடந்தான் பிரெல். அவன் சைக்கிளில் ஏறும்போது “இந்த மாச சம்பளத்திலே கொஞ்சம் ‘கட்’ பண்ணப் போறேன் பார்த்துக்கோ. எப்படியும் நீ ஒரு பாடம் கத்துக்கிட்டாகணும்

பையா'' என்று பின்னாலிருந்து இரைந்து கொண்டிருந்தார் இபோடோம்பி.

பிரெல் சைக்கிளை ஓட்டிக் கொண்டு வீட்டுக்குச் சென்றான். இரவு படுக்கும் முன் மீண்டும் ஒரு தரம் குளிக்க வேண்டும் போலிருந்தது அவனுக்கு.

நடந்துபோன விஷயத்தைக் குறித்து அவனுக்குக் கோபம் வரவில்லை. அதனால் எந்தப் பயனும் இல்லையென்பதை அவன் அறிந்திருந்தான். அம்மாவிடம் மட்டும் சொல்லலாமா என்று தோன்றியது. ஆனால் அதனால் ஆகப்போவது என்ன?

வீட்டுக்கு வந்ததும் தங்கை எப்படி இருக்கிறாள் என்று பார்ப்பதற்கு அவளது அறைக்குச் சென்றான் அவன். எண்ணெய் விளக்கின் மங்கலான வெளிச்சத்தில் அவள் சத்தமாகப் பாடம் படித்துக் கொண்டிருந்தாள். அவனது அம்மா படுக்கையில் உட்கார்ந்து தனது வாடிக்கையாளருக்காகக் கையால் 'பேஃனக்'கைத் தைத்துக் கொண்டிருந்தாள். சிம்னி விளக்கின் இலேசான வெளிச்சத்தில் தன் கண்களை இடுக்கிப் பார்த்தபடி அந்தக் கைவேலையில் ஈடுபட்டிருந்தாள் அவள்.

" 'இபங்கோ' (பையா)... நீ வந்தாச்சா! சரி, போய் அடுப்பைப் பத்த வை. இதோ ஒரு நிமிஷத்திலே இதை முடிச்சிட்டு வந்திடுவேன்'' என்று தங்கையைப் பார்த்துக் கொண்டிருந்த அவனிடம் சொன்னாள் அம்மா.

"முதல்லே நான் குளிக்கணும்'' என்று தன் உடைகளைக் களைந்தபடியே பதிலளித்தான் பிரெல்.

"நீங்க அதை அவசரமா முடிக்க வேண்டியிருந்தா நான் வேணும்னா சமைச்சிடறேன்'' என்றான்.

''பரவாயில்லை... வேண்டாம். என்னாலே இந்த வெளிச்சத்திலே சரியாப் பார்த்துத் தைக்க முடியலை. நாளைக்கு முடிச்சுக்கறேன்''

அதற்கு உடன்பட்டதற்கு அடையாளமாக லேசாகத் தோளைக் குலுக்கி 'சரி' என்று சொன்ன பிரெல் குளத்தை நோக்கி நடந்தான்.

களைப்புத் தீரக் குளித்தபிறகு படுக்கையில் நீட்டி நிமிர்ந்து படுத்தபடி சாப்பாட்டுக்காகக் காத்துக் கொண்டிருந்தான் அவன். அவனது தங்கை தன்னால் எவ்வளவு முடியுமோ

அவ்வளவு சத்தம் போட்டுத் தன் பாடங்களைப் படித்துக் கொண்டிருந்தாள். வீட்டுக் கொல்லைப்புறத்திலிருந்து கிடைத்த காய்கறிகளை வேகவைத்து சமையல் செய்து கொண்டிருந்தாள் அம்மா.

அவன் தன் தந்தையைப் பற்றி நினைத்துப் பார்த்தபடி வெறுப்போடு கண்களை மூடிக்கொண்டான். மோசமான குணமும், அருவருக்கச் செய்யும் நாற்றமும் கொண்ட ஓர் அந்நியர் அவர். அவர் சம்பாதிக்காமல் போனாலும், வீட்டில் இருக்கும் பணத்தை எடுத்து வீணடிக்காமல் இருந்தால் போதுமே என்று நினைத்துக் கொண்டான் அவன்.

“நான் என்னோட குடும்பத்தை நல்லாப் பார்த்துப்பேன்” என்று தனக்குத் தானே சொல்லியபடி தன்னை ஆறுதல்படுத்திக் கொண்டான். கண்களைத் திறந்து பார்த்து மனதை மாற்றிக் கொள்ளச் சற்றே முயற்சித்தபோது வீட்டுக்கூரையில் இருந்த பொத்தல்களைப் பார்த்ததும் மீண்டும் அவனுள் கோபம் எழுந்தது.

சுவர்ப் பக்கமாய்ப் புரண்டு படுத்தபடி வேறு விஷயங்களைப் பற்றி நினைத்துப் பார்க்க முயற்சி செய்தான். கொஞ்ச நேரம் ஓய்வெடுப்பதற்குள் வீட்டுக்கு வெளியில் லேசாக ஏதோ சத்தம் கேட்க உடனே எழுந்து உட்கார்ந்தபடி அந்தச் சத்தம் நிஜமாகவே வருகிறதா என்று கவனித்தான்.

“பிரெல் எங்கே? பிரெல் வீட்டிலே இருக்கானா?” என்று இடிமுழக்கம் போன்ற சத்தம் அவன் வீட்டு வாசலில் கேட்டது. முன்கதவின் தாழ்ப்பாளை அம்மா திறந்து விடுவது அவனுக்குக் கேட்டது. உடனே ஒரு சட்டையை உருவி அணிந்து கொண்டு, அந்த ஆள் யாரென்று பார்க்க விரைந்தான்.

அம்மா கதவைத் திறந்ததும் சில முரட்டு மனிதர்கள் டார்ச் ஏந்தியபடி வெளியே நின்றுகொண்டிருந்ததைப் பார்க்க முடிந்தது.

“ஏ பிரெல்! உங்கப்பாவோட பணம் உங்கிட்டே இருக்காமே, நிஜந்தானா?” அவனது அப்பாவோடு சூதாடும் கூட்டாளி ஒருவன் இவ்வாறு கடுமையாகக் கேட்டான்.

“என்ன பணம்? எல்லாத்தையும்தான் குடிக்கிறதிலேயும், சூதாடறதிலேயும் அவர் தொலைச்சிட்டாரே? அதுக்கப்புறம் இவன்கிட்டே என்ன இருக்கும்?” அவனது அம்மா, தன்

மகனைக் காப்பாற்றும் வகையில் முன்னால் பாய்ந்து வந்து பேசினார்.

“டாடா (மாமன்) தான் அவரோட பணத்தை மகன்கிட்டே கொடுத்து வச்சிருக்கிறதா சொன்னாரு,.. அதை வாங்கிக்கத்தான் நாங்க வந்திருக்கோம்.”

அந்த முரட்டு மனிதன் பொறுமையிழந்தவனாய்ப் பேசினான்.

“என்கிட்டே அப்படி எதுவும் இல்லை” என்று நறுக்குத் தெறித்தாற்போல பதில் சொன்னான் பிரெல்.

“அப்படீன்னா சரி! உங்க வீட்டுக் கொல்லைப் பக்கத்திலே இருக்கிற எல்லா வாத்தையும் நாங்க எடுத்துக்கறோம்” என்றபடி வீட்டின் பின்புறத்தைப் பேராசையோடு பார்த்தான் அந்த மனிதன்.

“முடியாது, அதை நீங்க எடுத்துக்க நான் விடவே மாட்டேன்” என்று கடுமையாகச் சொன்னான் பிரெல்.

“இதிலே ‘முடியாது’ங்கிற வார்த்தைக்கே இடமில்லையே” என்று சிரித்த அந்த மனிதன், தொடர்ந்து கோபத்தோடு பேசினான்.

“உங்கப்பா எங்களுக்கு ரெண்டு துண்டு நிலம் கடன் பட்டிருந்தார். ஆனா... அவர் ஒரு உதவாக்கரை, எதுக்கும் பிரயோஜனமில்லாதவர்னு எங்களுக்குத் தெரிஞ்சதாலே அவராலே எதைக் கொடுக்க முடியுமோ அதை மட்டும் வாங்கிக்கிட்டு அவரை விட்டுடலாம்னு நாங்க முடிவு செஞ் சிருக்கோம் தம்பி! அந்த வாத்தையெல்லாம் கொண்டுவா.”

“முடியாதுன்னு ஏற்கனவே சொல்லிட்டேன்” என்று கண்டிப்பாகச் சொன்னான் பிரெல்.

“இப்ப நான் என்ன சொன்னேங்கிறது உன் காதிலே விழலியா என்ன?” என்றபடி பிரெலுக்கு நெருக்கமாக வந்து நின்று கொண்டான் அந்த மனிதன். பிரெல், அவனை நிமிர்ந்து பார்த்துத் தன் குரலை மேலும் கடுமையாக்கியபடி,

“அதெல்லாம் என்னோட வாத்து, எங்கப்பாவோடது இல்லே” என்றான்.

"அதைப்பத்தி எங்களுக்கென்ன வந்தது? ஏண்டா... சரிதானே, நான் சொல்றது" என்று தன் கூட்டாளிகளைத் திரும்பிப் பார்த்து அவர்களையும் துணைக்குச் சேர்த்துக் கொண்டான் அந்த முரடன். அவர்களும் தலையாட்டி ஒப்புதல் தெரிவித்தனர்.

"சரிதான், விடு! நானே பார்த்துக்கறேன். கொஞ்சம் வழிவிட்டு நகர்ந்துக்கோ" என்றபடி பிரெலைப் பிடித்துத் தள்ளிவிட்டு விட்டு வீட்டின் பின்புறத்துக்குச் சென்றான் அவன்.

பிரெல், கலவரமடைந்தவனாய்ச் சுற்றுமுற்றும் பார்த்தான். அவனுடைய தாயும், தங்கையும் அழுது கொண்டிருந்தார்கள்.

"என்னோட வாத்தையெல்லாம் எப்படித் தொடறீங்கன்னு பார்த்திடறேன், முட்டாப்பசங்களா? அதெல்லாம் என்னோடதுடா" என்று கூச்சலிட்டபடியே அவர்களுக்குப் பின்னாலேயே ஓடினான் பிரெல். அவர்கள் அவனை ஒரு பொருட்டாகக் கூட எண்ணாமல் வாத்துக்களைப் பிடிப்பதில் மல்லுக்கட்டிக் கொண்டிருந்தனர். கொழு கொழுப்பாக இருந்த அந்த வாத்துகள் அந்த மனிதர்களின் கையில் சிக்காமல் போராடிக் கொண்டிருந்தன. தங்களை வளர்ப்பவர்கள் அவர்கள் இல்லை என்பது அவற்றுக்குப் புரிந்திருக்க வேண்டும். 'க்வாக் க்வாக்' என்று அவை பயங்கரமாக ஓலமிட்டன. பிரெல் அவற்றை விடவும் உச்சஸ்தாயியில் கத்திக் கொண்டிருந்தான். கோபத்தில் ஒரு மனிதன் மீது அவன் குத்துவிட, வந்திருந்த கூட்டத்தின் ஆவேசம் அவன் மீது திரும்பியது. மூச்சுக்கூட விட முடியாத அளவுக்கு அவர்கள் அவனை அடித்துத் துவைத்துப் போட்டனர். வாத்துகள் மீது பாய்ந்து அவற்றின் இறகுகளை முறுக்கிக் கால்களை ஒடித்தனர். பிறகு அவற்றை ஒரு அரிசிப்பையில் அள்ளிப் போட்டுக்கொண்டு அங்கிருந்து தடதடவென்று அகன்றனர். வலியால் துடித்துக் கொண்டிருந்த நிலையிலும் எழுந்து நின்று அந்த இருட்டில் அவர்களைத் துரத்திக்கொண்டு சென்றான் பிரெல்.

அவன் தாய், அவனைத் திரும்பி வரச்சொல்லிக் கத்திக் கொண்டிருந்தது காதில் விழுந்தாலும் பிரெல் அந்த மனிதர்களைத் துரத்திக் கொண்டு ஓடினான். அவர்கள் தாங்கள்

வந்திருந்த வாகனங்களுக்குள் குதித்தேறியபடி அவற்றை ஓட்டிச் சென்று விட்டனர். அந்த வாகனங்கள் தன் கண் பார்வையி லிருந்து மறையும் வரை, இருட்டாக இருந்த அந்த வீதியில் மிகுந்த சிரமத்தோடு ஓடினான் பிரெல். ஒரு குழந்தையைப் போல அழுது கொண்டிருந்தாலும் ஓடுவதை மட்டும் அவன் நிறுத்தவில்லை.

நடந்த எல்லாம் அவன் நினைவுக்கு வந்தன. வலியோடு கூடிய ஒரு யதார்த்தம். எதனாலும் நியாயப்படுத்தி விட முடியாத ஒன்று. நடந்துபோன அநியாயங்களைக் கசப்போடு எண்ணிப்பார்த்தான் அவன். மற்றவர்களின் எதிர்பார்ப்பிற்கேற்ப அவன் நல்லவனாகத் தான் நடந்து கொண்டு வருகிறான். ஆனால் அதனால் அவனுக்குக் கிடைத்ததுதான் என்ன? அவனும் கூடத் தன் கல்லூரி மைதானத்துக்குப் பின்னால் குடித்துக் கும்மாளம் போடும் கூட்டத்தோடு சேர்ந்திருக்கலாம். ஆனால் அவன் அவ்வாறு செய்யவில்லை. தன் அம்மாவிடமும், தங்கையிடமும் எந்த அளவு அன்பாக இருக்கவேண்டுமோ அப்படி இருந்தான். ஆனால் அதற்காக அவனை யார் தட்டிக் கொடுத்துப் பாராட்டி விட்டார்கள்? அல்லது அவனுக்காக இந்த உலகம் ஆயத்தமாவதற்கு முன்பே அவன் இங்கே வந்து சேர்ந்து விட்டதால் இதையெல்லாம் பொறுத்துக் கொள்ள வேண்டியிருக்கிறதா? அவன் தனக்குத் தானே ஏராளமான கேள்விகளைக் கேட்டுக் கொண்டான். தான் மட்டும் ஏன் இப்படிக் கஷ்டப்பட வேண்டியிருக்கிறது என்பதை வியப்போடு எண்ணிப் பார்த்தான்.

தெருவில் அவன் மெதுவாக ஓடிக்கொண்டிருந்தபோது ஊருக்குப் பொதுவான அந்த மிகப் பெரிய ஏரி அவன் கண்ணில் பட்டது. அதனருகே சூரியத்தகடு பொருத்தப்பட்டிருந்த உயரமான விளக்குக் கம்பம் ஒன்று வெளிச்சம் தந்து கொண்டிருந்தது. ஏதோ நினைப்பில் புல் படர்ந்திருந்த ஏரியின் கரையோரமாகச் சென்றான் அவன். அமைதியாக இருந்த அந்த ஏரிப்பரப்பு அதனுள்ளே வருமாறு அவனுக்கு அழைப்பு விடுத்துக் கொண்டிருந்தது. 'நான் எதிர்பார்க்கும் வெகுமதி இதுதான்' என்று நினைத்துக் கொண்டான் அவன். நீர்ப்பரப்பின் அருகே மெதுவாக நடந்து சென்ற அவன், அதன்

அமைதியான அடிப்பகுதிக்குள் ஆழமாக மூழ்கப் போவதாகக் கற்பனை செய்து கொண்டான். நிம்மதியாக அவன் ஓய்வு கொள்வதற்கு ஏற்றபடி குழைவான களிமண் நிலம் அங்கே காத்துக் கொண்டிருந்தது.

“வௌவ்...வௌவ்..”

திடீரென்று எங்கிருந்தோ கேட்ட நாய் குரைக்கும் சத்தம் பிரெலை ஒரு தவளையைப் போலத் துள்ளிக் குதிக்க வைத்தது. சுற்று முற்றும் பார்த்தபோது மிகப் பெரிய கறுப்பு நாய் ஒன்று தன்னையே உறுத்துப் பார்த்தபடி பஞ்சுபோன்ற மிருதுவான தன் வாலைச் சந்தோஷமாக ஆட்டிக்கொண்டிருந்ததை அவன் கண்டான்.

“வௌவ்..”

அது மீண்டும் குரைத்தது. சிரிக்கும் பாவனையில் அகலத் திறந்த வாயிலிருந்து அதன் நீண்ட நாக்கு வெளியே நீட்டிக் கொண்டிருந்தது.

பிரெலுக்கு ஒரு நிமிடம் குழப்பமாக இருந்தது. இதுவரை அந்த நாயைப் பார்த்ததில்லை என்பதால் அவனது கவனம் கலைந்து சிதறியது. அது தெரு நாய் போலத்தான் தெரிந்தது. ஆனாலும் மகிழ்ச்சியுடன் இருந்தது. முகம் தெரியாத ஒரு அந்நியனை வரவேற்கும் தெரு நாய்களைக் கிராமத்துத் தெருக்களில் வழக்கமாக அப்படிப் பார்த்துவிட முடியாது. அந்தப் பாவப்பட்ட ஜீவன் மீது அவன் இரக்கம் கொண்டாலும் தேவையில்லாமல் தன் கவனத்தைத் திசை திருப்பிக் கொள்வதில் அவனுக்கு விருப்பமில்லை. தெரு நாய்களோடு முட்டாள்தனமாக விளையாடிக் கொண்டிருக்காமல் வாழ்க்கையின் முக்கியமான திருப்பம் ஒன்றை நோக்கிச் செல்லவே அவன் விரும்பினான்.

நாயை விரட்டிவிட்டு ஏரிப் பக்கமாய்த் தன் முகத்தைத் திருப்பிக் கொண்டான் அவன். நாய் சற்றுப் பின்வாங்கினாலும் மறுபடியும் குரைத்தது.

“உனக்கு என்னதான் வேணும்” என்று எரிச்சலோடு முணுமுணுத்தான் பிரெல். ஆனால் நாயோ தன் வாலை வேகவேகமாக ஆட்டியபடி உற்சாகத்துடன் மூச்சு வாங்கிக் கொண்டிருந்தது.

அவன் ஏரிப்பக்கம் திரும்பியபடி உற்றுப்பார்த்தான். ஏரி உறைந்து போனது போல் இருந்தது. அதன் மேற்பரப்பில் பனிப் படலம் நடனமாடிக் கொண்டிருந்தது. ஏரியிலிருந்த நீர் அச்சுறுத்தும் வகையில் மிக மிக அமைதியாக நிசப்தமாக இருந்தது. முதலில் இதுதான் தனக்கு மிகவும் பொருத்தமான ஒரு தருணம் என்று அவனுக்குத் தோன்றியிருந்தாலும் இப்போது பார்க்கும்போது ஏரியின் திடமான பரப்பில் போய் விழுந்தால், தான் சுக்கல் சுக்கலாக உடைந்துவிடக்கூடுமோ என்று இப்போது அவனுக்குத் தோன்றியது.

நாய், அவனை நெருங்கிவந்து அவன் கால்களை முகர்ந்து பார்க்க ஆரம்பித்திருந்தது. அதற்கு எதிர்வினை ஆற்ற முடியாத அளவுக்கு அவன் எரிச்சலடைந்திருந்தான். அந்த நாய் தன் பாதங்களை என்ன வேண்டுமானாலும் செய்து கொள்ளட்டும் என்று எண்ணியவனைப் போல அப்படியே அமைதியாக நின்று கொண்டிருந்தான். அது அவனை நக்கியது, முகர்ந்து பார்த்தது. சந்தோஷமான முகபாவனையுடன் அவனை ஏறெடுத்துப் பார்த்தது. நம்பவே முடியாத அளவுக்கு மிகமிகக் கறுப்பான நிறத்தோடு இருந்த அந்த நாய், பட்டுப்போன்ற மென்மையான கறுப்பு நிற ரோமங்களையும், பருத்த கால்களையும் கொண்டிருந்தது. மீண்டும் ஒரு முறை பாசத்தோடு குரைத்தது.

“இப்ப இங்கேயிருந்து போகப்போறியா இல்லியா?” என்று கத்தினான் பிரெல்.

“வௌவ்... வௌவ்...”

“உனக்கு என்னதான் கேடு வந்தது?” என்றபடி தன் வலது காலால் நாயை உதைத்துத் தள்ளினான் பிரெல். அது சற்றுப் பின்வாங்கிவிட்டு மீண்டும் அவன் பக்கத்திலேயே வந்தது.

முதுகிலும், கைகளிலும் பட்டிருந்த காயங்களின் வலிக்கடுமை பிரெலைப் பாதித்துக் கொண்டிருந்தது. அவர்கள் அவனை வலுவாகத் தாக்கி அடித்துப் போட்டுவிட்டுப் போயிருந்தார்கள். அவனோ ஒரு முட்டாளைப்போல் இங்கே நின்று கொண்டு தன் பிரச்சினைகளுக்கு மிக எளிதான ஒரு பதிலை யோசித்துக் கொண்டிருக்கிறான். தனது வாத்துகளை விட அம்மாவும் தங்கையும் அவ்வளவு முக்கியமில்லாதவர்களாக மாறி விட்டிருக்கிறார்களா என்ன? தன்னைத் தானே அறைந்து

கொள்ள வேண்டும் போலிருந்தது அவனுக்கு. அந்தக் கணத்தில் அது கொஞ்சம் வேடிக்கையாகக் கூடத் தோன்றியது. நாய் மறுபடியும் குரைத்தது. அவன் லேசாகப் புன்னகை செய்தான்.

அக்கரைப் பக்கத்திலிருந்து வெளியேறி மெல்ல நடக்க ஆரம்பித்தான் பிரெல். வீட்டை நோக்கிச் சோம்பேறித்தனமாக ஊர்ந்து சென்று கொண்டிருந்தான் அவன். அந்த நாயும் அவனுக்குப் பின்னாலேயே ஓடிவந்தது. அவனை எதிர்ப்பட்ட சந்தர்ப்பத்தில் எப்படி இருந்ததோ அதே போல் உற்சாகமாகவே இருந்தது அது.

தெரு, இருட்டாக வெறிச்சோடிக் கிடந்தது. நாயை ஒரு முறை பார்த்த பிரெல், அதுவும் ஒத்து வந்தால் அதைத் தனக்கு வளர்ப்பு நாயாக்கிக் கொள்ளலாம் என்றுகூட எண்ணினான். நாயும் தன்னோடு சேர்ந்து வருவது அவனுக்கு ஆறுதலாக இருந்தது.

சிதிலமடைந்து கிடந்த அவனது வீட்டு வாசலை அவர்கள் இருவரும் நெருங்கினார்கள். வீட்டின்முன் பகுதியில் அம்மா உட்கார்ந்திருப்பதை அவன் பார்த்தான். தனக்காகத்தான் அவள் காத்திருந்திருக்க வேண்டும்.

"இதுதான் என்னோட வீடு. ரொம்பப் பெரிசெல்லாம் இல்லை, ஆனா நீ இஷ்டப்பட்டா இங்கே இருக்கலாம்" என்று சொல்லியபடியே திரும்பிப் பார்த்த பிரெல், தனக்குத் தானே பேசிக்கொண்டிருப்பதை உணர்ந்தான். ஒரு நொடிக்கு முன்பு வரையிலும் கூட அவனுக்குப் பின்னாலேயே வந்து கொண்டிருந்த அந்தக் கறுப்பு நாய் திடீரென்று காற்றோடு கரைந்துபோனது போல மாயமாய்ப் போயிருந்தது. அவன் அந்தத் தெருவின் கடைசி வரை நன்றாகத் திரும்பிப் பார்த்தான். எதுவுமே இல்லை! குழப்பத்தோடு நின்றபடி சுற்றுமுற்றும் பார்த்துக் கொண்டே இருந்தான் அவன். அதற்குள் அவனைப் பார்த்துவிட்ட அம்மா அவனருகே ஓடி வந்தாள்.

"தம்பி! ஏம்பா அப்படி ஓடினே? உன் தங்கை உள்ளே உனக்காகக் காத்திருக்கா! நானும் நீ எப்ப வருவேன்னுதான் காத்துக்கிட்டிருந்தேன்." என்றபடி அவனது தாய் கவலையோடு அழுது கொண்டிருந்தாள்.

நற்றிணை பதிப்பகம் ○ 43

"அது இங்கேதானே இருந்தது?" என்று முணுமுணுத்தபடியே தான் இருந்த இடத்துக்குப் பக்கத்தில் கவனமாகப் பார்வையை ஓட்டினான் பிரெல்.

"யார் அது? என்னப்பா சொல்றே நீ?" என்று சற்று ஆச்சரியத்தோடு கேட்டாள் அம்மா.

"ஒண்ணும் இல்லை, அந்த நாய்தான் ! ஒருவேளை அது இங்கே இருக்க ஆசைப்படுமோன்னு நினைச்சேன்" என்று தெருவை வருத்தத்தோடு பார்த்தபடி பேசினான் பிரெல்.

"நாயா? யாரோட நாய்?"

"ஒண்ணும் இல்லைம்மா விடுங்க" என்றபடி அதோடு அதை விட்டு விட்டு அம்மாவுடன் வீட்டுக்குள் சென்றான் பிரெல்.

பிரெலின் காயங்கள் முழுவதுமாய் ஆறி குணம் பெறப் பல நாட்கள் வரை அவன் ஓய்வெடுக்க வேண்டியிருந்தது. மறுபடியும் கல்லூரிக்குச் செல்லலாமென்று ஒரு வழியாக முடிவெடுத்தான் அவன். தெருவில் சைக்கிளை ஓட்டிக்கொண்டு வழக்கம்போல ஊர் ஏரியைத் தாண்டிக் கொண்டு சென்றான். எதையும் அதிகம் கவனிக்காமல் எப்போதும் போல சென்று கொண்டிருந்த அவனை இப்போது ஏதோ ஒன்று சட்டென்று ஈர்த்தது.

ஏரிக்கரையில் விழாக்கால ஆடை அணிகலன்களுடனும், 'ஹராவோஃபி' (பண்டிகைக் காலத்தில் பெண்கள் அணியும் கஞ்சி போட்ட மெல்லிய பருத்தி ஆடை) அணிந்தபடியும் மக்கள் வரிசை வரிசையாய் நின்று கொண்டிருந்தார்கள். அடுத்து வரவிருக்கும் 'லாய் ஹராசிபா' பண்டிகைக்காக 'அமெய்பா'வும், (ஆண் பூசாரி), 'அமெய்பி' (பெண்பூசாரி)யும் உரிய பூசனைச் சடங்குகளைச் செய்து கொண்டிருந்தார்கள். அந்த மோசமான நாளின் இரவு வேளையில் வாழ்க்கையை முடித்துக் கொள்வதற்காக அவன் எந்த இடத்தில் நின்று கொண்டிருந்தானோ அதே இடத்தில் பூசை செய்யும் 'அமெய்பி'களில் ஒருவர் நின்று கொண்டிருந்தது அவனுக்குச் சிறிது வேடிக்கையாகக் கூட இருந்தது.

ஏரிக்கரையின் எதிர்ப்பக்கம் தன் சைக்கிளை அமைதியாகச் செலுத்திக் கொண்டு சென்ற அவன் அங்கே நின்று

கொண்டிருந்த வேறு சில ஊர்மக்களுடன் தானும் கலந்து கொண்டு அந்த ஊர்வலத்தைக் கவனிக்கத் தொடங்கினான்.

'ஏகௌவ்கத்பா' என்ற சமயச் சடங்கை நடத்திக் கொண்டிருந்தார் அமெய்பி. உள்ளூரின் குலதெய்வத்தை ஏரி நீரிலிருந்து வெளியே எழுப்பி அவரை வணங்கும் வகையில் ஏழு நாட்கள் நிகழும் கொண்டாட்டங்களைக் காண்பதற்காக வரவேற்றுக் கொண்டிருந்தார் அமெய்பி. ஏரியின் ஆழத்திலிருந்து தெய்வத்தை மேலே எழுப்பி வருவிப்பதற்காக அமெய்பி உரத்தகுரலில் சொல்லிக் கொண்டிருந்த மந்திர உச்சாடனம் நகரம் முழுவதும் எதிரொலித்தபடி இருந்தது.

'ஏகௌவ்கத்பா' சடங்குக்குப் பிறகு வரிசையாக நின்று கொண்டிருந்த மக்கள் அனைவரும் 'அமெய்பி', 'அமெய்பா' மற்றும் 'பேனா' (*பேனா* என்பது ஒற்றைக் கம்பியால் ஆன மணிப்பூரின் பாரம்பரியமான ஒரு இசைக் கருவி. 'லாய் ஹரோபா' பண்டிகையின் போது அது முக்கியமாக இசைக்கப் படும்.) வாத்தியக் கலைஞர்களைத் தொடர்ந்து கோயிலை நோக்கிச் சென்றனர்.

தன்னருகே நின்று கொண்டிருந்த எல்லோரையும் போலவே தானும் அனிச்சையாகப் பிரார்த்தனை செய்து கொண்டிருந்தான் பிரெல். அவனுக்கு முன்னால் நின்று கொண்டிருந்த முதியவர்களில் ஒருவர்,

" 'ஏபுதௌவ் (குலதெய்வம்) புதிபா' உண்மையிலேயே ஒரு சக்திவாய்ந்த சாமி இல்லியா" என்று முணுமுணுத்துக் கொண்டிருந்தார்.

"நிஜமாவா" என்று அதில் அதிகக் கவனம் செலுத்தாமல் பதிலளித்தான் பிரெல். 'அமெய்பி' மீதும் அவர் செய்யும் சடங்கு முறைகள் மீதும் அவன் மனம் அப்போது லயித்திருந்தது.

"ஆமாம்! பின்னே? அவருதான் நமக்கெல்லாம் பெரிய துணை, காவல் தெய்வம் நமக்கு. நம்ம ஊர் பாதுகாப்பா இருக்கான்னு எப்பவுமே கவனிச்சுக்கிட்டே இருப்பார். அதை உறுதிப்படுத்திக்குவார். வழிதவறிப்போன எத்தனையோ பேருக்கு அவர் வழிகாட்டியிருக்கார். அவரைப் பத்தி அப்படிப்பட்ட கதைகள் எக்கச்சக்கமா இருக்கு" என்று தலையை ஆட்டிக் கொண்டே சொன்னார் பெரியவர்.

“அவர் என்ன ஒரு நாயா?” என்று சட்டென்று யோசித்துப் பார்க்காமல் கேட்டுவிட்டான் பிரெல், தன் வாயிலிருந்து அப்படிப்பட்ட ஒரு வார்த்தை வந்து தெறித்தது, அவனுக்கே ஆச்சரியமாகத்தான் இருந்தது. ஆனால் அதற்குள் நேரம் கடந்திருந்தது. அந்த முதியவரை அதனால் அவன் புண்படுத்தி இருந்தான்.

“இந்தக் காலத்துப் பசங்களும் இருக்காங்களே...” என்று பெருமூச்சோடு முணுமுணுத்தபடி அவன் சொன்னதை ஏற்க முடியாமல் மெல்ல நகர்ந்து வேறு பக்கமாய் நடந்து சென்றார் அந்தக் கிழவர்.

மன்னிப்புக் கேட்கும் பாவனையில் பிரெல் லேசாகப் புன்னகை செய்தான். ஆனால் அவர் அவனைத் திரும்பிக்கூடப் பார்க்கவில்லை. தான் முட்டாள்தனமாக நடந்து கொண்டு விட்டோமே என்று தன்னைத் தானே நொந்துகொண்டான் அவன். சுற்றுமுற்றும் ஒரு முறை பார்த்து விட்டுக் கல்லூரிக்குப் போகும் நேரத்தை வீணடித்து விட்டதை உணர்ந்து சைக்கிளை வேகமாக ஓட்டிச் சென்றான்.

‘ஏகௌவக்கத்பா’ சடங்குக்குப் பிறகு வரிசையாக நின்று கொண்டிருந்த மக்கள் அனைவரும் ‘அமெய்பி’, ‘அமெய்பா’ மற்றும் ‘பேனா’ இசைக் கலைஞர்களைத் தொடர்ந்து கோயிலை நோக்கிச் சென்றனர். அங்கே, முதன்மைப் பூசாரியான ‘அமெய்பி’, வெள்ளைத் துணியால் போர்த்தப்பட்டிருந்த கடவுளுக்கு முன்னால் ஒரு வாழை இலையை விரித்து அதன் மீது அமர்ந்திருந்தார். ஒரு கையில் பிடித்திருந்த மணியை வேக வேகமாக ஆட்டியபடி உரத்த குரலில் அருள்வாக்கைச் சொல்லத் தொடங்கினார் அவர்.

“என்னைப் பக்தி செய்து கொண்டாடும் என்னுடைய இனத்தைச் சேர்ந்த மக்களுக்கெல்லாம் நல்ல உடல்நலமும், செல்வ வளமும் வாய்க்கட்டும்! உங்கள் காவல் தெய்வமான நான், தளர் நடையிட்டு வரும் தன் குழந்தையின் முதல் அடியைக் கவனமாகக் கண்காணிக்கும் ஒரு தகப்பனைப் போல உங்கள் எல்லோரையும் பாதுகாப்பேன். ஒரு சந்தோஷமான வேட்டை நாய் வடிவில் நான் வருவேன்...”

* 'லாம் கொன்பா லாய்' அல்லது காவல் தெய்வம் என்பது குறித்த பழங்கால மெய்தி இன மக்களின் நம்பிக்கை, அவர்களது வாழ்க்கையில் ஒரு பிரிக்க முடியாத அங்கம்.

மெய்தி இனத்தின் ஒவ்வொரு குழுவினரும், வீட்டாரும் தங்களுக்கென்று சொந்தமான ஒரு காவல் தெய்வத்தைக் கொண்டிருப்பார்கள். அதற்கென்று வித்தியாசமான ஒரு பதாகையும், பாம்பு வடிவிலான மந்திர அடையாளங்களும் இருக்கும். அவரவர் தங்களுக்குரிய 'லாய் ஹராஓபா'வைக் (தெய்வங்களைச் சாந்தப்படுத்தும் வகையில்) கொண்டாடுவார்கள். தங்களை அது பாதுகாத்து வருவதற்காக நன்றிக்கடனைச் செலுத்தி ஆசிபெறுவார்கள்.

காலப்போக்கில் சமய நம்பிக்கைகளில் எவ்வளவோ மாற்றங்கள் ஏற்பட்டு வந்தபோதும், குலதெய்வமே தங்களைப் பாதுகாக்கும் என்ற நம்பிக்கையோடு கூடிய இந்த வழிபாட்டில் மட்டும் எந்த மாற்றமும் இல்லை.

◯

● வங்காளம்

பிரம்மாஸ்திரம்

ஆஷா பூர்ணாதேவி

அப்படி ஒரு யோசனையை ரோனபிர் முன்வைக்கக்கூடும் என்று ஓஷிமா இதுவரைக் கனவுகூடக் கண்டதில்லை.

சிறிது நேரம் அமைதியாக இருந்தபின், "அது சாத்தியமா என்ன?" என்றாள்.

"ஏன் அப்படிச் சொல்றே.., அதென்ன அப்படி நடக்கவே முடியாத ஒரு காரியமா?"

சிறிது எள்ளல் கலந்த தொனியில் எரிச்சலோடு சொன்னான் ரோனபிர்.

"ஒருவேளை இதைச் செஞ்சா புத்தியில்லாத முட்டாள் மாதிரி வெட்கப்பட்டுக் கூசிக்குறுகிப் போக வேண்டியிருக்கும்னு நினைக்கிறியோ?"

"அதுக்காக இல்லை, இது ஒண்ணும் வெட்கப்பட வேண்டிய சமாச்சாரம் இல்லையே. ஆனா, எத்தனையோ நாளா சந்திக்கவே இல்லை, எந்த வகையான தொடர்பும் இல்லை. அப்படி இருக்கும்போது திடீர்னு இப்படி ஒரு விஷயத்தை எடுத்துக்கிட்டுப் போனா..."

தன் குரலைக் கசப்புணர்ச்சியால் நிறைத்து வைத்திருந்த ரோனபிர் அவள் சொன்னதைக் கேட்டுப் பலமாகச் சிரித்தான்.

"பின்னே? புருஷனோடயும், குழந்தைகளோடயும் வாழ்ந்துக் கிட்டிருக்கிற கல்யாணமான ஒரு பொண்ணு, தன்னோட காதலனைத் தினம் தினமா இப்படி ஒரு கோரிக்கையோட சந்திச்சுக்கிட்டிருப்பா? நீயே சொல்லேன்"

"நிறுத்துங்க. இப்படி அநாகரிகமா பேசாதீங்க."

“இதுக்கு முன்னாலே நான் ரொம்ப ரொம்ப நாகரிகமான ஒரு மனுஷனாத்தான் பேசிக்கிட்டிருந்தேன், ஆனா நீ அதைக் கொஞ்சம் கூட சட்டை செய்யாம இருந்ததுதான் எனக்கு எரிச்சல் மூட்டிடிச்சு. இதைப் பாரு. ஏன் அது சாத்தியமில்லைன்னு சொல்றே? அப்படி என்ன இருக்கு அதிலே? சின்னவங்களா இருக்கும்போது ‘அப்படி இப்படி ஏதாச்சும் ஒரு விஷயம்’ நடந்திருக்கலாமில்லே, ஆனா, எத்தனை வருஷமானாலும் மனுஷங்களாலே அதை அத்தனை சுலபமா மறந்திட முடியறதில்லை. அதையெல்லாம் அப்படி மறந்திடத்தான் முடியுமா என்ன? வாலிப வயசிலே கோஷல் சாஹிப் உன்னைக் காதலோட பார்த்திருக்கார் அதனாலே இப்ப நீ கேக்கற உதவியைக் கட்டாயம் செய்வார், சொல்லப்போனா ரொம்ப சந்தோஷமாவே செய்வார்”

ஓஷிமா அவன் பக்கம் திரும்பிச் சற்றுக் கோபமாகவே சொன்னாள்.

“நீங்க ‘அப்படி இப்படி ஏதோ ஒரு விஷயம்’, சின்ன வயசிலேன்னு இன்னிக்கு என்னென்னெவோ புதுசு புதுசா சொல்றீங்க. உங்க மனசிலே நீங்க என்ன நெனைக்கிறீங்கன்னும் எனக்குப் புரியுது . ஆனா, எது எப்படி இருந்தாலும். ஒருவேளை அந்த மனுஷனுக்கே கூட அதிலே சந்தோஷம் இருந்தாலும் நான் எப்படி அதிலே சந்தோஷப்பட முடியும்னு நினைக்கிறீங்க? என்னோட நெலைமையைப் பத்தி எப்பவாவது யோசிச்சுப் பார்த்திருக்கீங்களா?”

அவள் சொன்னதைக் கேட்டு ஆச்சரியமடைந்தவனைப் போலக் காட்டிக்கொண்ட ரோனபிர்,

“இதிலே அவ்வளவு யோசிக்க என்ன இருக்கு, இப்போதைக்கு... இந்தச் சமயத்திலே அந்த மனுஷன் கையிலே நிறைய அதிகாரம் இருக்கு. நீ எப்பவும் சொல்லுவியே ‘கடவுளோட கருணை’ன்னு, அந்த மாதிரி ஏதோ ஒண்ணு அவன்கிட்ட இருக்கு. அதனாலே அவன் மட்டும் நினைச்சா எனக்கு ரொம்பச் சுலபமா ஒரு நல்ல வேலை வாங்கிக் கொடுத்திடலாம். அவனைப் போய்ப் பார்த்துக் கேட்டாதான் அது நடக்கும். அதை அவன்கிட்டே போய்க் கேக்கறதிலே உன்னோட கௌரவம் அப்படி என்ன பெரிசாய்ப் பாழாப் போயிடும்னு எனக்குத் தெரியலை. அதுதான் என்னாலே புரிஞ்சுக்கவே முடியலை.”

"உங்களைப் புரிஞ்சிக்க வைக்கிறது இன்னும் கஷ்டம் எனக்கு" என்றபடி மேஜை மேலிருந்த சாமான்களைத் தேவையில்லாமல் இடம் மாற்றி மாற்றி வைத்துக்கொண்டிருந்தாள் ஓஷிமா.

ரோனபிரின் தாடைச் சதை இறுகியது, புருவம் முடிச்சிட்டுக் கொண்டது, நெற்றியில் கோடுகள்...

"சொந்தப் பெண்டாட்டியை ஒரு மனுஷன் இந்த அளவுக்குத் தாஜா பண்ண வேண்டியிருக்குன்னா... அப்றம் அவனோட வாழ்க்கைக்கு அர்த்தமே இல்லை."

"என்னது தாஜாவா? நீங்க என்ன என்னை இப்பத் தாஜாவா பண்ணிக்கிட்டிருக்கீங்க?"

ஓஷிமாவின் முகத்தில் சிவப்பேறியது.

"பின்னே என்னவாம்" என்று எரிச்சலும் கேலியும் கலந்த குரலில் சொன்னான் ரோனபிர்.

"இத்தனை நேரம் நான் செஞ்சுக்கிட்டிருந்ததெல்லாம் தாஜா (நம்ம பாஷையிலே ஹாஷாமோட்) இல்லாம வேற என்னவாம்? என்னவோ யார் வீட்டிலேயோ போய்த் தீயை வச்சுட்டுவான்னு நான் உன்கிட்டே சொன்ன மாதிரியில்லை நீ நடந்துக்கறே? சொல்லப்போனா, இது ஒரு பெரிய விஷயமே இல்லை. கோஷால் சாஹிபுக்கும் உனக்கும் ஒருத்தரை ஒருத்தர் ரொம்பக் காலமாவே தெரியும். அதனாலே நீ சுலபமாக் கேட்டுப் பார்த்திட முடியும். அதுக்குத்தான் நான் ரொம்ப நேரமா இவ்வளவு கஷ்டப்பட்டு முயற்சி பண்ணிக்கிட்டிருக்கேன்."

'சுலபம்'! ஓஷிமாவின் முகத்தில் ஒரு மெல்லிய, மிக மெல்லிய புன்னகை அரும்பியது.

'எத்தனை சுலபம்!'

பதினோரு வருடங்கள் எந்தவிதத் தொடர்புமே இல்லாமல் இருந்தபிறகு இப்போது தேவப்ரத்தின் (கோஷால் சாஹிப்) வீட்டுக்கு அவளாகவே வலியச் செல்ல வேண்டும், வேலையில்லாமல் இருக்கும் தன் கணவனுக்கு வேலை கேட்க வேண்டும். ஆஹா, அதுதான் எத்தனை சுலபம்? ரோனபிரின் உறவுக்காரர்களுக்கு வேண்டுமானால் அது ஒரு எளிய காரியமாகத் தோன்றலாம். ஒருவேளை அவர்கள் அப்படி ஒரு

கணக்கைப் போட்டிருக்கலாம். ஒரு காலத்தில் ஓஷிமாவுடன் கூடப் படித்தவன், இரண்டுபேருக்கும் இடையே ஓரளவு நெருக்கம் இருந்தது என்பதும் ரோனபிருக்குத் தெரியும். அந்தப் பள்ளித் தோழன் இப்போது தன் திறமையால் உயர்ந்து அதிருஷ்ட தேவதையைத் தன் கைப்பிடிக்குள் வைத்திருக்கிறான். அந்தச் செய்தியையும் கூட ரோனபிர்தான் எங்கிருந்தோ தெரிந்து கொண்டு வீட்டில் வந்து ஓஷிமாவிடம் சொன்னான். கோஷால் அண்ட் கம்பெனியில் செல்வ வளம் கொழிப்பதைப்பற்றி எந்தத் தகவலைக் கேள்விப்பட்டாலும் அவன் உடனே ஓடி வந்து ஓஷிமாவிடம் அதைப் பற்றிச் சொல்லி விடுவான்.

ஓஷிமா ஒருபோதும் அதில் ஆர்வம் காட்டியதே இல்லை. அவள் எப்போதும் எரிச்சலைத்தான் வெளிப்படுத்துவாள்.

"அந்தக் கம்பெனி பிரமாதமாக் கொழிக்குதுன்னா கொழிச்சிட்டுப்போகட்டும். அதுக்கும் எனக்கும் என்ன வந்தது."

ரோனபிர் கண்களைச் சுருக்கிக்கொண்டு முகம் முழுக்க சிரிப்போடு இப்படிப் பதில் தருவான்.

"அதென்ன அப்படிச் சொல்லிட்டே? ஒரு காலத்திலே உங்களோட உறவு இனிமையாத்தானே இருந்தது? அவன் இப்ப சக்தி படைச்சவனா... ரொம்பப் பெரிய ஆளாயிட்டான்னு கேள்விப்பட்டா உனக்குச் சந்தோஷமா இருக்குமில்லையா, அதனாலேதான் அதைப்பத்திச் சொல்லிக்கிட்டிருக்கேன்."

அது எப்பொழுதோ அவன் சொன்னது, அது கூடப்போய்த் தொலையட்டும். ஆனால் இப்போது ரோனபிர் முன் வைத்திருக்கும் வேண்டுகோள் கொஞ்சம் கூட அறிவுக்குப் பொருத்தமில்லாததாக இருந்தது. தேவப்ரத் இப்போது ஒரு மிகப்பெரிய நிறுவனத்தில் பங்குதாரராகி விட்டதால் அவன் நினைத்தால் ரோனபிருக்கு ஒரு வேலை தர முடியும், அதனால் அவனிடம் சென்று குழந்தைகளும் தாங்களும் மிகவும் கஷ்டப்பட்டுக்கொண்டிருப்பதால் தன் கணவருக்கு ஒரு வேலை தருமாறு அவள் பணிவோடு கேட்டுக்கொள்ள வேண்டுமாம்.

சீச்சீ..!

ஓஷிமா பதட்டமில்லாத குரலில் இப்படிச் சொன்னாள்.

"எது சுலபம், எது கஷ்டம்ங்கிறதிலே ஒவ்வொருத்தருக்கும் ஒவ்வொரு வகையான அபிப்பிராயம் இருக்கும். அதிருக்கட்டும்,

இப்ப இதுக்குப் பதில் சொல்லுங்க. தினமும் அவருக்குக் கீழ்ப்படிஞ்சு வணக்கம் வச்சுக்கிட்டு உங்களாலே வேலை பார்க்க முடியுமா?"

"அதென்ன அத்தனை பெரிய விஷயமா? அது என்னாலே முடியுமான்னு வேற கேக்கறே... ஹ்ம்ம்..." என்றபடி தன் முகத்தை ஆந்தை போலக் கடுகடுப்பாக வைத்துக்கொண்டபடி தொடர்ந்து பேசினான் ரோனபிர்.

"பிச்சைக்காரனுக்கு மரியாதை வேற வேணுமா என்ன? அப்படிச் செய்ய முடியாததுன்னு அதிலே என்ன இருக்கு? அவனோட நான் என்ன ஒண்டிக்கு ஒண்டி சண்டைக்கா போகப் போறேன்? அவனுக்கு நான் யாருன்னு கூடத் தெரியப் போறதில்லை. நான் உன்னை இப்ப அவன்கிட்ட போகச் சொல்றேன், நீயும் யாருக்கும் தெரியாம ரகசியமா அவனைப் போய்ப் பார்க்கப்போறே. நான் பாட்டுக்கு வழக்கமான விதிகளை ஒட்டி வேலைக்கு ஒரு மனுவைப் போடுவேன். நீ செய்ய வேண்டியதெல்லாம் என்னோட பேரையும் அட்ரஸையும் அவன்கிட்ட குடுத்திட்டு அதைக் கொஞ்சம் ஸ்பெஷலா கவனிச்சுக்கங்கன்னு சொல்றதுதான். அவ்வளவோட சரி! ஒரு குள்ளநரி இன்னொரு நரிக்குத் தந்திரமா செய்யற உதவி. அந்த வேலை மட்டும் முடிஞ்சதுன்னா, யாரு என்னன்னு யாருக்குத் தெரியும்? கம்பெனியிலேயே ஒசந்த எடத்திலே அவன் இருப்பான், நானோ ஒரு அற்பமான மீனைப்போல அங்கே இருக்கப்போறேன், எனக்கும் அவனுக்கும் என்ன சம்பந்தம் இருக்கப்போகுது?"

அவன் இதை உண்மையிலேயே தீவிரமாகத்தான் எடுத்துக் கொண்டிருக்கிறான் என்பது புரிந்ததும்,

"அவனுக்கு என்னை ஒருவேளை அடையாளம் தெரியலைன்னா..." என்று கேட்டாள் ஓஷிமா. "பணக்கார மனுஷங்க தங்களோட ஏழை நண்பர்களை மறந்து போறது இயற்கைதானே? ஒருக்கால் அவனுக்கு என்னை யாருன்னே கூடத் தெரியாம இருந்திடலாம்."

ரோனபிர் ஒரு கபடப்புன்னகை செய்தான்.

"இதோ பாரு, சும்மா வறட்டு வாதம் பண்ணிக்கிட்டிருக்காதே. அவனுக்கு உன்னை நல்லாத் தெரியும்கிறது உனக்கும் தெரியும்,

எனக்கும் தெரியும். உன்னை ஒருதரம் பார்த்தவங்க கூட உன்னை எப்பவுமே மறக்க முடியாதே?"

மீண்டும் ஒருமுறை ஓஷிமாவின் முகம் சிவந்தது. ஆனாலும் அவள் பதட்டப்படாமல் அமைதியாகவே பேசினாள்.

"சரி, அவனுக்கு என்னை அடையாளம் தெரியுதுன்னே வச்சுக்கிட்டாலும் நம்ம கேக்கிறதை அவன் ஏத்துப்பான் அப்படீங்கிறதுக்கு என்ன உத்தரவாதம்? அப்ப என் மூஞ்சியை நான் எங்கே கொண்டுபோய் வச்சுக்கறது?"

"என்னது ஒத்துக்குவான் அப்படீங்கிறதுக்கு என்ன உத்தரவாதமா?" ரோனபிரின் கபடப்புன்னகை இன்னும் சற்றுக் கூடுதலாயிற்று.

"அதெல்லாம் நிச்சயம் ஒத்துக்குவான், அது எனக்குத் தெரியும்."

ஓஷிமாவின் முகம் முழுவதும் சட்டென்று தழல் போல் சிவந்தது. அதற்கு மேலும் தன் குரலின் பதட்டத்தை அவளால் கட்டுப்படுத்திக் கொள்ள முடியவில்லை.

"உங்களுக்கு அந்த அளவு தெரியும்னா என்னை அங்கே எப்படித் துணிஞ்சு அனுப்பறீங்க."

"ஐயோ... கடவுளே, அது சும்மா ஒரு வேடிக்கைக்காகச் சொன்னேன்னு கூடவா உனக்குப் புரியாது?"

மறுபடியும் ஒரு முறை வாய்விட்டுச் சிரித்தான் ரோனபிர்.

"இதோ பாரு, உனக்கு என்னைப்பத்தித் தெரியாதா, என்னோட பலமே நீதான், எனக்குத் தைரியம் கொடுக்கிறதே நீதான். நான் ஏதோ வேடிக்கையாப் பேசினதை இப்ப விட்டுத்தள்ளு. நீங்க பழைய காலத்து நண்பர்கள்ங்கிறதாலே கோஷால்சாஹிப் மறுத்துச் சொல்ல மாட்டார்னு நான் உறுதியா நினைக்கிறேன். ஒருவேளை அந்த இடத்திலே நான் இருந்தா... அதை நிச்சயம் மறுக்க மாட்டேன்."

"சரி. நல்லது. உங்களுக்கு எப்படி விருப்பமோ அப்படிப் புரிஞ்சுக்கங்க. இப்ப என்னை விட்டுடுங்க, என்னாலே இதைச் செய்யமுடியாது."

"என்னது, முடியாதா? இவ்வளவு நேரம் நான் எடுத்துச் சொன்னப்புறமும் இப்படி வெட்டொண்ணு துண்டு ரெண்டா மாட்டேங்கிறியே?"

“அப்படிச் சொல்லறதைத் தவிர என்னாலே வேற என்ன பண்ண முடியும்.? அதுவும் என்னாலே செய்ய முடியாத ஒண்ணை...”

“ஏன் உன்னாலே அது முடியாது?” என்றபடி கோபத்தோடு அவளைப் பார்த்து முகம் சுளித்தான் அவன்.

“உன்னோட கௌரவம் பாழாப் போயிடும்னு நினைக்கிறே அப்படித்தானே? ஹ்ம்... கௌரவம்! இன்னும்கூட அப்படி இங்கே ஏதாவது மிச்சம் இருக்கா? நம்மளைச் சுத்தி என்ன நடக்குதுன்னு உனக்குத் தெரியுதா இல்லியா? நம்ம வீடு எப்படி இருக்கு, குழந்தைங்க நெலைமை எந்த மாதிரி இருக்குங்கிறதெல்லாம் உன் கண்ணிலே படுதா இல்லியா?”

ஓஷிமா தன்னைச் சுற்றிலும் ஒரு முறை இலக்கின்றி வெறித்துப் பார்த்தாள். வீட்டு நிலவரம், குழந்தைகள் படும்பாடு இதையெல்லாம் சுற்றுமுற்றும் பார்த்துத்தானா அவள் விளங்கிக்கொள்ள வேண்டும்? சிறிது காலமாகவே ஓட்டாண்டி யாய்ப் போயிருக்கும் குடும்பம், சம்பாதிக்கும் ஒரே மனிதனோ பதினேழு மாதங்களாய் வேலை இல்லாமல்! வீட்டை நடத்திச்செல்ல வேண்டிய பொறுப்பில் இருக்கும் அவளுக்கு இதெல்லாம் தெரியாதா என்ன?

ஆனாலும் கூட ஓஷிமா தன்னைச் சுற்றி வெறித்த பார்வை யைச் செலுத்தினாள். பிறகு அதே வெறித்த பார்வையுடன் கணவனின் பக்கம் திரும்பி,

“எனக்கென்ன அதெல்லாம் தெரியாதா?” என்றாள்.

“உனக்கு அதெல்லாம் தெரிஞ்சதுக்கான எந்த அடை யாளமுமே இல்லியே? நீ உன்னோட சொந்த கௌரவத்தைப் பத்தி மட்டும்தான் நினைக்கிறியே தவிர குழந்தைங்களோட வாழ்க்கையைப் பத்தி எங்கே நினைக்கிறே? நீயே சொல்லு, இந்த வீட்டிலே பால் வாங்கி எத்தனை நாளாச்சு, எத்தனை நாள்?”

“ஐயோ நிறுத்துங்க.”

பெண்மனம்தானே... கட்டாயம் இதற்கு வளைந்து கொடுத்து இளகிவிடும் என்று எண்ணிக்கொண்டிருந்த ரோனபிர் ‘நிறுத்துங்க’ என்று ஓஷிமா கத்தியதைக் கேட்டதும் தன் அணுகுமுறையில் நம்பிக்கை இழந்தான். ‘சரி, வேறு

வகையில்தான் இதைக் கையாள வேண்டும்' என்று நினைத்துக் கொண்டான்.

ரோனபிரின் முகம் இப்போது அஷ்டகோணலாகச் சுருங்கியது. அதில் கலவையான வெவ்வேறு உணர்ச்சிகள் வெளிப்பட்டுக் கொண்டிருந்தன.

"ஹ்ம்... இப்ப நீ இப்படித் திட்டறதை வேற நான் வாங்கிக்கிட்டாகணும். வேலையில்லாம இருக்கற மனுஷனுக்கு மரியாதையாவது, கௌரவமாவது? சரி, போ... நான் போய்ப் பிச்சையெடுக்கிறேன், புருஷன் நடைபாதையிலே பிச்சை யெடுத்துக்கிட்டிருக்க, பசியாலே இரண்டு பிள்ளைங்களும் ஒண்ணு பின்னாலே ஒண்ணு செத்துப் போகப்போகுது, ஆனா, அதைப் பத்தி எல்லாம் என்ன கவலை? மஹாராணியோட மதிப்பு முனை முறியாம அப்படியே இருக்கு இல்லியா, அதுதானே எல்லாத்தையும் விட முக்கியம்."

இப்போது ரோனபிர் அவளுக்கு மரண அடி கொடுத்திருந்தான். அவள் இதை எப்படி எதிர்கொள்ளப்போகிறாள் என்று பார்ப்போம் என்று நினைத்தபடி ஓரக்கண்ணால் அவள் முகத்தைப் பார்த்தான். தன் பேச்சுக்கு அவள் எப்படி எதிர்வினை ஆற்றப் போகிறாள் என்பதைப் பார்க்க முயற்சி செய்து கொண்டிருந்தான் அவன். ஆனால் அவனால் அவளைப் புரிந்து கொள்ள முடியவில்லை. கோபம், அவமானம், வருத்தம், செருக்கு என்று எந்த வகையான உணர்ச்சியும் அவள் முகத்தில் வெளிப்படவில்லை. அது கல்லாய் இறுகிப் போயிருந்தது. அந்த முகம் வெளிறிப்போகவும் இல்லை, இரத்தச் சிவப்பாய் மாறவும் இல்லை. அது இருண்டு போகவும் இல்லை, கவலைக்குறி காட்டவும் இல்லை.. உயிரற்ற ஒன்றைப்போல அது இறுகிக் கிடந்தது!

"சரி, நான் போறேன்" என்று மட்டும் சட்டென்று சொல்லி விட்டு அறையை விட்டு வெளியே சென்றாள் அவள்.

அவ்வளவுதான், விஷயம் முடிந்தது. இனிமேல் கவலைப்பட வேண்டியதில்லை. ஓஷிமா அதை ஒத்துக்கொண்டு விட்டதால் தன் முடிவில் இனிமேல் தடுமாற மாட்டாள். அவள் போன காரியம் முடிந்தது போலத்தான் என்பது ரோனபிருக்கு உறுதியாகத் தெரியும்.

தங்கள் பழைய நட்பை அடிப்படையாக வைத்து, அவள் கோஷால் சாஹிபிடம் சென்று தன் கணவனுக்கு வேலை கேட்க வேண்டும் என்ற கோரிக்கையை அவன் முதலில் வைத்தபோது அவள் கண்கள் அனல் கக்கியதை அவன் பார்க்கத் தவறவில்லை. அந்த அனலுக்கான உண்மையான காரணம் அவனுக்குப் புரியாமலும் இல்லை. ரோனபிர் ஒன்றும் அந்த அளவுக்கு ஒரு முட்டாள் இல்லை.

இன்று இப்படி ஒரு நிலையில் அவன் இருக்கக் காரணம் விதியிட்ட கட்டளை மட்டுமே தவிர வேறேதும் இல்லை. மற்றபடி சொல்லப்போனால் படிப்பில் கோஷாலை விட எந்த வகையிலும் விட ரோனபிரும் குறைந்தவன் இல்லை. கோஷாலும் கூட ஒரு சாதாரண பட்டதாரி மட்டும்தான். விதி! நெற்றியில் எழுதி வைக்கப்பட்ட விதி! எங்கோ ஓரமாக நின்று பணக்காரர்களைப் பார்த்துப் பொறாமைப்பட்டபடி சோம்பேறி களும் கையாலாகாதவர்களும் தங்களைத் தேற்றிக்கொள்வது போல் அவனும் அப்படித் தன்னைத் தேற்றிக்கொண்டான். முயற்சியோ உழைப்போ அறிவுத்திறமையோ எதுவுமே காரணமில்லை! விதி ஒன்றுதான் காரணம் என்று நினைத்து ஆறுதல்படுத்திக் கொள்வதைத் தவிர அவனால் வேறென்ன செய்ய முடியும்?

சரி, வேறொரு சமயம் அவன் அவளைக் கொஞ்சம் சமாதானப்படுத்திவிட வேண்டும், அவளிடம் இன்னும் சற்று விளக்கமாக எடுத்துச் சொல்ல வேண்டும். இவ்வளவு காலத்துக்குப் பிறகு அவள் தன்னைத் தேடி வந்து உதவி கேட்பது கோஷால் சாஹிபுக்கு மகிழ்ச்சி அளிப்பதாக இருக்கும் என்பதையும் அவளிடம் சொல்ல வேண்டும். ஆண்களின் குணத்தைப்பற்றி ரோனபிருக்குத் தெரியாதா என்ன?

தினசரி வாழ்க்கை பொறுக்க முடியாத அவலத்துடன்தான் இருந்தது, பலசரக்குகள் இல்லாமல் சமையலறை வெறிச்சோடிக் கிடந்தது. இரவும் பகலும் 'இல்லை... இல்லை' என்ற குரலே அவர்கள் உலகத்தில் கேட்டுக்கொண்டிருந்தது. ஆனாலும் கூடப் பூட்டி வைத்திருந்த அவர்களின் பெட்டிகளுக்குள் நல்ல துணிமணிகள் இல்லாமல் போய்விடவில்லை. ஆபரணங்களும் அவை போன்ற மற்றவைகளும் குடும்பத்தேவைக்காக

ஆரம்பத்திலேயே பயன்படுத்தப்பட்டு அவர்களை விட்டு எப்போதோ விடைபெற்றுப் போயிருந்தன. ஆனால் புடவை, துணிமணிகள் இவையெல்லாம் மட்டும் வீட்டில் தங்கிப் போயிருந்ததால் வெளி இடங்களுக்குச் செல்லும்போது சற்று நல்ல விதமாக உடுத்திக்கொண்டு போக முடிந்தது.

ஓஷிமாவும் அன்று மிக நன்றாக உடுத்திக்கொண்டு வெளியே சென்றாள். வீடு திரும்பியதும் தன் கையிலிருந்த டம்பப் பையைப் படுக்கை மீது வீசி எறிந்து விட்டு அங்கேயே ஒரு பக்கம் அமர்ந்து கொண்டாள். தான் உடுத்திக்கொண்டிருந்த பட்டுப்புடவையைக் கழற்றிப்போட வேண்டும் என்ற ஞாபகம்கூட அவளிடம் இல்லை.

ரோனபிர் ஜன்னலின் அருகே ஒரு பிரம்பு நாற்காலியில் அமைதியாக உட்கார்ந்திருந்தான். அவளை அனுப்பி வைத்தது முதல் எதிர்பார்ப்பு, கவலை, கூச்சம், சுய பச்சாதாபம் போன்ற பல உணர்வுகளும் அவனைச் சுமையாக அழுத்திக் கொண் டிருந்தன.

திரும்பி வந்திருந்த ஓஷிமாவோ வார்த்தைகள் அற்ற கனத்த மௌனத் திரையால் தன்னைப் போர்த்தி வைத்திருந்தாள். அவளுக்கு ஆறுதல் சொல்லி அமைதிப்படுத்தும் துணிவு அவனிடம் இல்லை.

அவள் கிளம்பிப் போனபின் அவன் தன்னைத் தானே நியாயப்படுத்திக் கொள்வதற்குச் சாதகமான வாதங்களைத் தன் மனதுக்குள் வரிசையாக அடுக்கிக் கொண்டிருந்தான். அவன் என்ன எப்போதுமா இப்படி இருந்திருக்கிறான்? இதனால் அவனது சுயகௌரவம் குறைந்துவிட்டதா என்ன? இந்த நிலைமையில் அவன் வேறென்னதான் செய்ய முடியும்? பற்றாக்குறை என்பது மனிதர்களின் மொத்த ஆளுமையையுமே அல்லவா சிதைத்துப் போட்டுவிடுகிறது?

ஓஷிமா தானாகவே ஏதாவது சொல்லக்கூடுமோ என்ற எதிர்பார்ப்பில் ரோனபிர் ஓரிரு நிமிடங்கள் காத்துக் கொண்டிருந்தான். ஒரு நிமிடம் போவது ஒரு மணி நேரமாகத் தோன்றியது. இப்படிப்பட்ட அமைதியை அதற்கு மேலும் பொறுத்துக்கொள்ள அவனால் முடியவில்லை. அதனால் சில

நிமிடங்களுக்குப் பிறகு தன் நாற்காலியை லேசாக நகர்த்திக் கொண்டு நேரடியாகவே பேச்சைத் தொடங்கிவிட்டான் அவன்.

"என்ன...? உன்னோட சந்தேகமெல்லாம் நிஜமாயிடுச்சாக்கும்? உன்னோட பணக்கார நண்பனாலே உன்னை யாருன்னு தெரிஞ்சுக்க முடியலியா."

ஓஷிமா எழுந்து நின்றாள். அவளது உதட்டோரத்தில் ஒரு கேலிப்புன்னகை நெளிந்தது.

"என்னது? என்னை யாருன்னு தெரிஞ்சுக்க அவனாலே முடியலியான்னா கேக்கறீங்க? என்னைத்தான் ஒருதரம் யார் பார்த்திருந்தாலும் ஜன்மத்துக்கும் மறந்திட முடியாதே?"

ரோனபிர் ஓஷிமாவைத் தலைமுதல் கால்வரை ஒரு முறை நன்றாகப் பார்த்தான். இந்தத் தோற்றம் ஒன்றும் அவனுக்குப் புதியதில்லை, ஆனால் கிட்டத்தட்ட அவன் மறந்து போயிருந்த தோற்றம் அது. அவளது முகத்தைக் கடைசியாக இப்படிப்பட்ட ஒப்பனைகளோடு மிருதுவாய்... பளபளப்பாய்ப் பார்த்து எத்தனை நாள் ஆகியிருக்கும்? அவளது உருவத்தை இப்படிப் பட்டுப் புடவையில் பார்த்துமே எவ்வளவு காலம் ஆகியிருக்கும்?

இப்போது அப்படி அவளைப் பார்ப்பது ரோனபிருக்கு சந்தோஷமாகவா இருந்தது? அப்படி சந்தோஷமாக இருந்தால் அவன் கண்கள் எரிச்சல் எடுப்பானேன்?

நான்கைந்து நாட்களாய் சவரம் செய்யப்படாமல் இருந்த தன் கன்னத்தை ஏதோ ஞாபகத்தோடு கையால் தடவிக்கொண்டே சிறிது கஷ்டப்பட்டுப் புன்னகை செய்தபடி ரோனபிர் பேசத் தொடங்கினான்.

"சரிதான், என்னோட அஸ்திரத்தாலேயே என்னைக் கொல்லறியா? அதிருக்கட்டும், நீ போன காரியம் என்ன ஆச்சு? ஏன் இப்படி முகத்தை வச்சுக்கிட்டிருக்கே?"

"வேறென்ன செய்யறது நான்?" என்றபோது அவள் உதடு வெறுப்பில் சுளித்தது.

"இருநூத்தி எழுபத்தஞ்சு ரூபாய் சம்பளத்துக்கு ஒரு வேலை கிடைச்சதுக்கு முகத்தை இரண்டு மடங்கு பூரிப்பாவா வச்சுக்க முடியும்? நிச்சயமா என்னாலே அது முடியாது"

இருநூற்று எழுபத்தைந்து ரூபாய்! இருநூற்று எழுபத்தைந்து ரூபாய் சம்பளம் கிடைக்கும் ஒரு வேலை!

ரோனபிருக்குத் தன் பழைய வேலையில் கிடைத்ததை விடக் கூடுதல் தொகை இது. இதுவரை தன் முகத்தில் ஒரு புன்னகையைக் கொண்டுவரப் பாடுபட்டுக் கொண்டிருந்த அவன், இப்போது அதை அடக்கிக்கொள்வதைக் கடினமாக உணர்ந்தான்.

“அப்படியா..? நீ சொல்றது நெஜம்தானா... இல்லே சும்மா வேடிக்கைக்கு ஜோக் பண்றியா?”

“ஜோக் பண்ணணும்னு எனக்கென்ன தேவையா?”

ரோனபிரின் முகத்திலும் கண்ணிலும் பேராசையும் பரவசமும் பொங்கி வழிந்தது. ஒரு வேலை கிடைத்திருக்கிறது என்பதை விடவும் சந்தோஷமான வேறு விஷயம் உண்டா என்ன? சம்பளத்தொகை பேராசையைக் கிளர்த்தப் போதுமான தாக இருந்தது. ஆமாம்... அது நிஜம்தான், அது உண்மைதான். எப்படியோ இன்னும் கூட ஓஷிமாவுக்கு ஒரு பெரிய மதிப்பு இருந்து கொண்டிருப்பதும் நிஜம்தான்.

ரோனபிர் தன் கண்களோடு சேர்ந்து உடம்பும் எரிந்து கொண்டிருப்பது போல் உணர்ந்தான். ஏதோ... அந்த விஷயம் நடக்க முடியாது என்று நம்பிக்கொண்டிருந்ததைப்போல..! அது நடக்காமல் போயிருந்தால் இன்னும் சந்தோஷப்பட் டிருப்போமோ என்று எண்ணுவதைப்போல.

அதிகபட்சம் மோசமாய்ப் போனால் இன்னும் சிறிது காலத்துக்கு வீட்டில் பால் இருந்திருக்காது, அவர்களின் குழந்தைகளான குக்கூ, கோகா ஆகிய இரண்டு பேரின் மார்பெலும்புகளும் இன்னும் கூட அதிகமாகத் துருத்திக் கொண்டிருக்கக்கூடும்... அதற்கு மேல் இன்னும் மோசமாய்ப் போனால்...

ஆமாம், அப்படிப் பல விஷயங்கள் நடந்திருக்கும்தான். ஆனாலும் அவையெல்லாம் ரோனபிரை இந்த அளவுக்குச் சிறுமைப்படுத்தி இருக்காது. ஓஷிமாவை வேலை கேட்டுப் போகுமாறு அவன் தூண்டியதற்கான அடிப்படைக் காரணம் வேலை கிடைத்து விடும் என்ற நம்பிக்கையால் அல்ல, அந்த முயற்சி பலித்துவிடக் கூடாது என்ற விருப்பத்துடனும், நம்பிக்கையுடனும்தான்.

எப்படியோ அவன் இப்போது அதைப்பற்றிப் பேசியே ஆக வேண்டும். அந்த விஷயத்தைச் சாதிப்பதற்கு ஓஷிமா எந்த

அளவுக்குத் தீனி போட வேண்டியிருந்தது என்பதை அவன் கண்டுபிடித்தாக வேண்டும். அதைத் தெரிந்து கொண்டால் ஒரு வேளை அவனுக்கு ஆறுதல் கிடைக்கலாம்.

“அப்படீன்னா… நீ அவனை நேராவே பார்த்திட்டே, அப்படித்தானே.”

“அப்படிப் பாக்கலைன்னா இத்தனை சீக்கிரம் எப்படி என்னாலே திரும்பி வந்திருக்க முடியும்.”

“என்ன இருந்தாலும் நீங்க ரெண்டு பேரும் பழைய நண்பர்கள் இல்லியா? இன்னும் கூட அதிக நேரம் அவன் உன்னைப் பிடிச்சு வச்சுக்குவான்னு நினைச்சுக்கிட்டிருந்தேன். இத்தனை சீக்கிரம் போக விட்டுடுவான்னு நினைக்கலை.”

இருண்டு கிடந்த ரோனபிரின் முகத்தையே சிறிது நேரம் உற்றுப்பார்த்துக் கொண்டிருந்த ஓஷிமா,

“அப்படி ஒரு எண்ணம் வந்தா அது ரொம்ப இயற்கையானது தான். வேலை வெட்டி இல்லாத சோம்பேறித்தனமான மனசு பிசாசோட கூடாரம்னு ஒரு சின்னக் குழந்தைக்குக் கூடத் தெரியுமே” என்று தெளிவான குரலில் வெடுக்கென்று சொன்னாள்.

தான் உட்கார்ந்திருந்த நாற்காலியை விட்டுச் சட்டென்று எழுந்திருந்த ரோனபிர்,

“ஏன் இப்படி எப்ப பார்த்தாலும் வார்த்தைகளோடயே விளையாடிக்கிட்டிருக்கே, என்னதான் நடந்ததுன்னு என்கிட்டே நேரடியா சொல்ல முடியாதா உன்னாலே.”

இப்படி அவன் திட்டிய பிறகும் ஓஷிமா மசிவதாய் இல்லை. அவன் பேச்சைக்கேட்டு அவள் நடுங்கவும் இல்லை.

“என்ன நடந்ததுன்னு சொல்றது அத்தனை முக்கியமா என்ன? நான் போனேன், அவன் கிட்டே விஷயத்தைச் சொன்னேன், காரியம் முடிஞ்சது. அவ்வளவுதான். அவனுக்கும் சந்தோஷம். வேலைக்கான உத்தரவையும் என்கிட்டே போட்டுக் கொடுத்திட்டான். நாளையிலே இருந்து வேலைக்குப் போகணும்.”

“என்ன அதுக்குள்ளேயே வேலைக்கான உத்தரவுமா? நாளைக்கேவா போகணும்?”

கடைசியாகத் தன் சீற்றத்தை வெளிப்படுத்த இப்போது ரோனபிருக்கு ஒரு வாய்ப்பு கிடைத்திருந்தது.

“முதலிலே வேலை என்ன... அதோட விவரங்கள் என்ன அப்படீன்னு எதுவுமே எனக்குத் தெரியாது. அது எனக்குப் பொருத்தமானதா இருக்குமாங்கறதையும் நான் இன்னும் தெரிஞ்சுக்கலை, அதுக்குள்ளே வேலைக்கான உத்தரவா? ஒருவேளை நாளைக்கு நான் போகாம இருந்திட்டா...”

சட்டென்று ஓஷிமா பலமாகச் சிரித்தாள். இந்த வீட்டுக்குள் பல நாட்களாகக் கேட்டிராத சிரிப்பு அது. வீட்டுச் சுவர்களில்... மேற்கூரையில் என்று எல்லா இடங்களிலும் வாத்தியத்தின் இசை போல மோதி எதிரொலித்த சிரிப்பு அது.

“நீங்க எதுக்கு போகணும்? நான் தனியாவே போயிடுவேனே? ஆஃபீஸ் தர்மதலாவிலேதான் இருக்கு. அங்கே போறதுக்கு வழி தெரியாமலும் இல்லை எனக்கு”

“ஓ... அப்படீன்னா, அந்த வேலை உனக்குத்தான் கிடைச்சிருக்கா?”

“பின்னே? கடைசி கடைசியா நீங்க இதுக்கு ஒத்துக்க மாட்டீங்கன்னு எனக்குத் தெரியும். அதனாலே நான் உங்களைப் பத்தியே எதுவும் சொல்லாம என்னைப் பத்தி மட்டுமே சொன்னேன். அதிலே என்ன தப்பு? நான் பட்டம் வாங்கலை தான், ஆனாலும் கடைசி வருஷம் வரைக்கும் படிச்சிருக்கேனே, அது நிஜம்தானே? சும்மா வீட்டிலே உட்கார்ந்துக்கிட்டு யாரோ சம்பாதிச்சுப் போடற பணத்தில் வாழ்க்கை நடத்திக்கிட்டிருக்கறது எனக்குச் சலிச்சுப் போச்சு, எனக்கு ஒரு வேலை தருவியான்னு கேட்டேன். “இதோ இப்பவே.. இந்த நிமிஷமே... சந்தோஷமாத் தரேன்”னு அவனும் தந்திட்டான்.”

அவள் பேசுவதைக் கேட்டுக்கொண்டிருந்த அவனது இருண்ட முகம்... தொடர்ந்து எரிந்து சாம்பலாவதைப் பார்த்த பிறகும் ஓஷிமா ஏன் எதுவும் செய்யாமல்... அசையாமல் இருந்தாள்?

அந்தரங்கமான தனது தனித்த உலகத்தைத் தீ வைத்துப் பொசுக்கி விடுமாறு நிர்ப்பந்தப்படுத்தப்பட்ட அந்தப் பெண்மணி, அதே பிரம்மாஸ்திரத்தை இன்னொருவன் மேல் விடும்போது மட்டும் இரக்கம் காட்ட வேண்டுமா என்ன?

❍

● வங்காளம்

ஐந்து பெண்கள்

மஹாஸ்வேதா தேவி

தர்ம யுத்தம் முடிவுக்கு வந்து விட்டது. சிதைகளிலிருந்து மூண்டெரியும் நெருப்புச் சுவாலையில் போர்க்களமே கொழுந்து விட்டு எரிந்து கொண்டிருந்தது. கௌரவ, பாண்டவ சேனைகளில் இறந்துபோன தலைவர்கள் எல்லோரும் முறையான ஈமக்கடன்களோடு தகனம் செய்யப்பட்டு விட்டார்கள். எரிந்து கொண்டிருந்த சிதைகளுக்குச் சற்றுத் தூரத்தில் ஒரு பெண்கள் கூட்டம் நெருக்கியடித்து நின்றபடி ஒப்பாரி வைத்துக் கொண்டிருந்தது. துயரம் தோய்ந்த அந்தக் கூக்குரல்களுக்கு நடுவே 'ஐயோ ஐயோ' என்ற வார்த்தைகளுக்கு மேல் வேறேதும் காதில் விழவில்லை.

அந்தப் பெண்கள் அரச குலத்தைச் சேர்ந்தவர்கள் இல்லை; வேலையாட்களோ பணிமகளிரோகூட இல்லை. போரில் கலந்து கொள்வதற்காக வெவ்வேறு சிற்றரசுகளிலிருந்து அனுப்பப்பட்டிருந்த காலாட்படை வீரர்களின் மனைவிகள் அவர்கள். அந்த வீரர்களுடைய வேலை, குதிரையில் ஆரோகணித்து வரும் தலைவர்களைப் பாதுகாப்பதுதான் என்பதால் நாள்தோறும் அவர்கள் ஆயிரக்கணக்கில் பலியானபடி இருந்தனர். அவர்களுக்கு எந்த ஆயுதமும் வழங்கப்படுவதில்லை; அதனாலேயே அவர்கள் ஏராளமான எண்ணிக்கையில் மடிந்து போய்க்கொண்டிருந்தனர்.

வீரர்களின் சிதையில் தீ மூட்டப்பட்டபோது, இரை தின்ன வட்டமிடும் பறவைகளின் தொகுதியால் குருட்சேத்திரத்தின் வானம் முழுவதும் இருண்டு போயிற்று. தசைகள் கருகும் நாற்றம்...! எண்ணெயில் தோய்ந்த விறகுக்கட்டைகள்,

அழுகிக்கொண்டிருந்த பிணங்களின் மீது வரிசை வரிசையாக அடுக்கப்பட்டிருந்தன.

சிதைகள் தொடர்ந்து எரிந்து கொண்டே இருந்தன. அந்தப் பெண்கள் மெள்ளப் பின்வாங்கியபடி இருளில் கரைந்து போனார்கள்.

போர் முகாமில் ஒரு முக்கியமான பகுதியான பணி மகளிருக்கான கூடாரம் இப்போது கேட்பாரற்றுக் கிடந்தது. அந்தப் பெண்கள் இந்தக் கூடாரங்களுக்குள் தஞ்சம் புகுந்து விட்டார்களா, அல்லது வேறெங்கும் மறைந்து விட்டார்களா, யாருக்கும் தெரியவில்லை.

இறந்தவர்களின் சதையும் எலும்புகளும் முழுமையாக எரிந்து சாம்பலாகி விட்டதா என்பதை உறுதிப்படுத்திக் கொண்டிருந்த சிதைகாக்கும் வெட்டியான்கள், அடிவானுக்கு அப்பாலிருந்து வரும் அழுகை ஓலங்களை, கூக்குரல்களை அச்சத்தோடு கேட்டுக் கொண்டிருந்தார்கள். துயரத்தின் ஆறு கட்டுக்கடங்காமல் பெருகி எழுந்து அதன் அலைகள் ஓங்கி உயர்ந்து இருளுக்குள் மடிந்து கொண்டிருப்பதைப்போல் இருந்தது.

போர்க்களத்தில் வெட்டியான்களுக்கு எந்த வேலையும் இல்லை. யுத்தம் முடிந்த பின்பு அவர்கள் வருவார்கள். கடந்த சில வாரங்களாக அவர்கள் விறகு சேகரித்துக்கொண்டிருந்தார்கள். பெருமளவில் விறகுகள் தேவைப்படும் என்பது அவர்களுக்குத் தெரியும். பெயர் தெரியாதவர்களாய் மடிந்து போயிருக்கும் எண்ணற்ற வீரர்களின் சிதைகளில் எரியும் ஈம நெருப்பைத் தாங்கள் அணைக்க வேண்டியிருக்கும் என்றும் அவர்களுக்குத் தெரியும். ஆனால்... இது அவர்களால் முடிக்கவே முடியாத வேலையாக இருந்தது. 'ஆறு பெருக்கெடுத்து வந்து தீயை அணைத்துக் கொள்ளட்டும்' என்று சொல்லியபடி அவர்கள் அங்கிருந்து ஓட்டம் பிடித்து விட்டார்கள்.

இவ்வளவு நேரமும் இருளின் அடர்த்தியான சுவரைப்போல் தோன்றிய பகுதியைச் சுக்கல் சுக்கலாகப் பிளந்து கொண்டு வெளிப்பட்ட அந்தப் பெண்கள் எழுந்து நகர ஆரம்பித்தார்கள். நகரத்தின் வெளிப்பகுதியை நோக்கி அவர்கள் நடந்து சென்றார்கள். அந்த நிலப்பரப்பில் கறுப்பு உடை அணிந்த

பெண்கள் ஓர் ஊர்வலம் போல் நடந்து சென்ற காட்சியை மறுநாளின் சூரிய உதயம் கண்டது.

ஈம நெருப்பால் தகித்துக்கொண்டிருந்த குருட்சேத்திர பூமி, பாறையாய் இறுகிப்போய் அனல் கக்கிக் கொண்டிருந்தது. வன்மமும் கோபமும் நெருப்பு அலைகளாய் மயான பூமி முழுவதையுமே சுற்றிச் சூழ்ந்திருக்க, கொடூரமான ஒரு வெம்மை!

நகருக்கு வெளியே ஒன்று கூடி நெருக்கியடித்துக்கொண்டு அந்த ஐந்து பெண்களும் நின்று கொண்டிருந்தார்கள். முதுகுப் பகுதியில் முடிச்சுப்போட்ட கறுப்பு நிறக் கச்சைகளால் மார்பை மறைத்திருந்த அவர்கள், கறுப்புத் துணியால் தங்கள் தலையையும் உடலையும் சுற்றிப் போர்த்தியிருந்தார்கள்.

அரசகுலப் பெண்களின் அந்தப்புரத்துத் தலைமைத் தாதியான மத்ரஜா, பணியில் அமர்த்துவதற்காகப் புது ஆட்களைத் தேடிக்கொண்டிருந்தாள். அந்தப்புரத்தின் உள்ளிருந்த அறைகள் பலவும் எண்ணற்ற இளம் விதவைகளால் நிரம்பி வழிந்து கொண்டிருந்தன. அவர்கள் வாழ்வில் இனிமேல் ஆடம்பரங்களுக்கும் பொழுதுபோக்குகளுக்கும் இடமில்லை. நறுமண மலர்ச்சரங்கள், மேனியில் பூசும் குங்கும சந்தனப் பொருட்கள், வாசனைத் தைலங்கள் தடவி விரிவாகச் செய்யப் படும் சிகை அலங்காரங்கள் இவை எல்லாமே அவர்களது வாழ்விலிருந்து என்றென்றைக்குமாய் விலக்கப் பட்டுவிட்டன.

வைதவ்யம் காக்கும் கடுமையான விதிமுறைகள் பற்றி அவர்களுக்கு எடுத்துச் சொல்வதில் ஆச்சாரியார்கள் மும்முரமாய் ஈடுபட்டிருந்தனர். துயரத்தில் உறைந்திருந்த அந்தப் பெண்கள் அமைதியாக அவர்கள் சொன்னபடி செய்து கொண்டிருந்தனர்.

குருஜங்கல் என்னும் பகுதியைச் சேர்ந்தவளான மத்ரஜா, அந்த ஐந்து பெண்களும் கூட அந்த இடத்திலிருந்துதான் வந்திருக்கிறார்கள் என்பதை ஒரே பார்வையில் அறிந்து கொண்டாள்.

"நீங்கள் இன்னும் கூட இளமையாகத்தான் இருக்கிறீர்கள்," என்றாள்.

அந்தப் பெண்கள் அமைதியாக இருந்தனர்.

"திரும்பிச் சென்று விடுகிறீர்களா?"

"இந்தப் பூமி எதையும் தாங்கிக்கொள்ளும் என்று சொல்கிறார்கள், ஆனால் அதெல்லாம் பொய்தான். அனல் காந்துகிறது... ஒரு பாறையைப் போலக் கடினமாகச் சூடாக இருக்கிறது."

"இவ்வளவு நடந்த பிறகும்..!"

"பிறந்த மண் வெகு தூரம்... மிகக் கடுமையான பாதை. இருபது நாட்களாகும்... இதற்கு மேல் அதைத் தாங்கிக்கொள்ள முடியாது."

மத்ரஜா அவர்களது கால், கை, தோள் என்று எல்லா வற்றையும் பார்வையிட்டாள். அவர்கள் இளமையானவர்கள், உண்மைதான். ஆனால் அவர்களது உடல்கள் கடின உழைப்புக்குப் பழக்கப்பட்டிருப்பவை.

"இளம் விதவையான தன் மருமகள் உத்தரைக்கு உதவ இளம்பெண்கள் தேவைப்படுவதாக அரசி சுபத்திரை சொல்கிறாள்."

"பணிமகளிராகவா...? வேலைக்காரிகளாகவா?"

"அவள் துயர மிகுதியில் உணர்விழந்து ஊமையாய் இருக்கிறாள். கருவுற்றும் இருக்கிறாள்."

"அதனால்..."

"இப்படிப்பட்ட பேரழிவு நேர்ந்திருக்கும் சூழலில்..."

"என்ன சொல்கிறாய்...? பேரழிவா? ஏ மூதாட்டியே, அது இயற்கையாக நேரிட்டிருக்கும் பேரழிவென்றா சொல்கிறாய்? அண்ணன் தம்பிகளுக்கு இடையிலான ஒரு சண்டையில் பெரிய பெரிய அரசர்களெல்லாம் பங்கெடுத்துக் கொண்டார்கள். சிலர் ஒரு பக்கம் இருந்தார்கள்; வேறு சிலர் எதிர்த் தரப்புக்குச் சென்று விட்டார்கள். இது சகோதரர்களுக்குள் நடக்கும் பூசலாக மட்டும்தானா இருந்தது? சண்டை, பொறாமை, போட்டி இவற்றையெல்லாம் நாங்களும் அறிந்து வைத்திருக் கிறோம். ஆனால் ஓர் அரியணைக்குப் போய் இத்தனை பெரிய ஒரு யுத்தமா? இதைப்போய்ப் புனிதமான தர்ம யுத்தம் என்றா சொல்வது? இது, முழுக்க முழுக்கப் பேராசையால் மட்டுமே விளைந்த போர்."

"சரி,! நான் ஒத்துக்கொள்கிறேன், இப்போது என்னுடன் வாருங்கள்."

"நாங்கள் பணிமகளிராக இருக்க மாட்டோம், அப்படி வாழவும் மாட்டோம்."

"இல்லையில்லை, நீங்கள் உத்தரைக்குத் தோழிகளாகத்தான் இருப்பீர்கள்."

இப்படிப்பட்ட அடிப்படையில்தான் அந்த ஐந்து பெண்களும் உத்தரையிடம் வந்து சேர்ந்தார்கள்.

சுபத்திரை மிகுந்த வருத்தத்தோடு அவர்களிடம் இப்படிச் சொன்னாள்.

"அறிமுகமான முகங்களைப் பார்த்தாலே அவள் சுருங்கிப் போகிறாள். துயரம் அவளை வாயடைக்க வைத்திருக்கிறது. நீங்கள் அரசதருமத்தைக் கடைப்பிடிக்காத வெளியுலகிலிருந்து சாமானிய மனிதர்களின் உலகத்திலிருந்து வந்திருக்கிறீர்கள். அவளோடு கூட, அவளுக்குத் துணையாக இருங்கள்."

"எங்கள் வேலை என்ன?"

"குறிப்பாக எதுவும் இல்லை. அவளுக்கு எது விருப்பமோ அதைச் செய்யுங்கள், பாவம் என் குழந்தை, முழுமையாக மலர்ச்சியடைந்த தாமரையைப்போல் இருந்தாள், இப்போதோ... துக்கத்தின் கொடிய நெருப்பில் வாடி உதிர்ந்து கொண் டிருக்கிறாள்."

உத்தரை அப்படியே அசையாமல் மௌனமாக அமர்ந்திருந்தாள். லேசாக முகம் சுளித்தபடி வானத்தையே வெறித்துப் பார்த்தாள்.

"வருத்தம் அவளைக் கல்லாக்கி விட்டிருக்கிறது."

"ஆமாம், எங்களுக்குப் புரிகிறது."

"நீங்கள் குருஜங்கலைச் சேர்ந்த பெண்களா?"

"ஆமாம் தாயே, நாங்கள் குருஜங்கலைச் சேர்ந்த பெண்கள்தான், விதவைகள்."

மற்ற மூத்த அரசிகளும் உள்ளே வந்தார்கள்.

"உங்கள் பெயரென்ன," என்றாள் துரௌபதி.

"நான் கௌதமி, இதோ என் கையைப் பிடித்துக் கொண்டிருக்கும் இவள் கோமதி. புருவங்களுக்கு நடுவே

சிவப்புப் புள்ளியோடு இருப்பவள் யமுனா. தாடையில் கையை வைத்துக்கொண்டிருக்கும் இவள் விதாஸ்தா, இது விபாஷா, விதாஸ்தாவின் சின்னத் தங்கை.”

சட்டென்று பேச ஆரம்பித்தாள் உத்தரை.

“எல்லாமே நதிகளின் பெயர்கள்... என்ன அழகு...? அரசி, யார் இவர்கள்?”

துரௌபதி மிகுந்த பரிவோடு சொன்னாள்,

“இவர்களெல்லாம் உன் தோழிப்பெண்கள் கண்ணே. அவர்கள் உன்னுடனேயே இருப்பார்கள், உனக்கு என்ன வேண்டுமோ சொல், அவர்கள் செய்வார்கள்.”

அரண்மனை அந்தப்புரத்தில் உத்தரை இருக்குமிடத்துக்கு அந்த ஐந்து பெண்களும் வந்து சேர்ந்தது அப்படித்தான்.

காலம் செல்லச்செல்ல அவர்கள் பிரிக்க முடியாதவர்களாகி விட்டனர். அவர்களோடு அரட்டையடிப்பதிலும் பேசுவதிலும் உத்தரை படிப்படியாகச் சற்று இலகுவாக உணரத் தொடங்கினாள். எத்தனையோ நாட்களாக அவள் கடந்த காலத்திலேயே உறைந்து போனபடி, பேச்சற்றவளாய் மௌனமாகவே இருந்திருக்கிறாள். சிறுமிப்பருவம் இப்போதுதான் அவளிடமிருந்து நழுவிப் போயிருக்கிறது. அத்தனை இளம்பெண் அவள், மேலும் கருவை வேறு சுமந்து கொண்டிருப்பவள். அபிமன்யுவின் இழப்பை அவளால் ஏற்றுக்கொள்ளவே முடியவில்லை.

துரௌபதி, சுபத்திரை என்று அவளுடைய மாமியார்கள்தான் எத்தனை கவலையோடு இருந்தார்கள்?

உத்தரைக்கு ஒரு மகன் பிறந்தால் அவன் அரசனாகி விடுவான். அதனால் உத்தரையை உற்சாகமாக வைத்துக்கொள்ள வேண்டியது மிகவும் தேவை. ஆனால்... அது எவ்வாறு சாத்தியம்? அவள் ஒரு குழந்தையும் இல்லை, சிறுமியும் இல்லை... குறுகிய காலம்தான் என்றாலும் ஓர் ஆணின் காதலை வேறு சுவைத்துப் பார்த்திருப்பவள்.

அந்த ஐந்து பெண்களும் அங்கே வந்து சேர்ந்தது அவர்களுக்கு ஒரு வகையில் ஆறுதலாக, கொஞ்சம் கவலை குறைந்தது போல் இருந்தது.

அந்தச் செய்தியைக் கேட்டதும் குந்தியும் கூட,

"நல்லது, அவர்கள் முற்றிலும் வித்தியாசமான வேறொரு உலகத்தைச் சேர்ந்தவர்கள். அவர்கள் துணையாக உடன் இருப்பதால் உத்தரையின் மனம் கொஞ்சம் லேசாகும்," என்றாள்.

காலப்போக்கில் அப்படித்தான் நடந்தது. அவர்கள் இல்லாமல் உத்தரையால் ஒரு நொடி கூட இருக்க முடியவில்லை. ஆற்றிலிருந்து அவர்கள் தண்ணீர் கொண்டு வந்த பிறகுதான் அவள் குளிப்பாள். அதுதான் ஆரோக்கியம் என்றார்கள் மாமியார்கள். வயிற்றில் வளரும் குழந்தைக்கு அதுவே நல்லது... இப்படி விதவிதமான அறிவுரைகள்...! கருவுற்றிருக்கும் ஒரு தாய் அந்த ஆலோசனைகளை எல்லாம் கேட்டுக்கொண்டு அவற்றின்படியே நடக்க வேண்டும்.

கௌதமி கன்னத்தில் கைவைத்தபடி தன் ஆச்சரியத்தை வெளிப்படுத்தினாள்.

"அப்பாடி...! இத்தனை மாமியார்களா? எப்படித்தான் ஞாபகம் வைத்துக்கொள்கிறாயோ?"

"அது இருக்கட்டும், உங்கள் வழக்கத்தில் எப்படி?"

"ஒரே ஒரு மாமியார்தான். ஒருவன் இரண்டாவது கல்யாணம் செய்து கொண்டால் அப்போது அவனது மருமகளுக்கு இரண்டு மாமியார்கள் இருப்பார்கள்."

"ஆமாம்... எனக்கு நிறைய மாமியார்கள்தான். மேலும் கௌரவர்களுடைய விதவை மனைவிகள் வேறு இருக்கிறார்களல்லவா? அவர்களையும் கூட நீங்கள் கணக்கில் சேர்க்க வேண்டும்."

"அவர்களுமா உன் மாமியார்கள்?"

"நிச்சயமாய்.."

"சே... ஆனாலும் ரொம்ப அதிகம்தான். சரி, இந்தப் புதிரை விடுவிக்க முடிகிறதா பார்."

"காலில்லை ஆனால் பறக்கும்
காதில்லை ஆனால் கேட்கும்
கண்ணில்லை ஆனால் பார்க்கும்"

"என்ன தெரிகிறதா."

"இல்லை, என்னால் ஊகிக்க முடியவில்லை."

அந்தப் பெண்கள் சிரித்துக்கொண்டே சொன்னார்கள்.

"மனித மனம்தான் அது. அது எங்கே வேண்டுமானாலும் போகும், எதையும் கேட்கும், எதைப்பற்றியும் புரிந்து கொள்ளும். நீ உன் கண்ணைக்கட்டி வைத்திருந்தாலும் கூட உன் மனத்தால் எல்லாவற்றையும் தெளிவாகப் பார்க்க முடியும்."

"ஆமாம்... எவ்வளவு உண்மை!"

உத்தரை கைகளைத் தட்டிக்கொண்டு குழந்தையைப்போல் சந்தோஷமாகச் சிரித்தாள்.

"அரச குலத்து மருமகளே, நீ உண்மையிலேயே வளராத ஒரு குட்டிப்பெண்தான்," என்று யமுனா பரிவோடு சொன்னாள்,

"எனக்கு இன்னும் கூட ஏதாவது சொல்லுங்களேன்."

"கோமதி, தான் சொல்வதாய்ச் சைகை காட்டினாள்."

"ம்... எல்லோரும் கேளுங்கள்,

முதலில் தண்ணீரில் பிறக்கிறது,

பிறகோ நிலத்தில் பிறக்கிறது, அது என்ன"

"பொறுங்கள்... பொறுங்கள், அது என்னவென்று சொல்ல முடியுமா பார்க்கிறேன்."

"முட்டாள் பெண்ணே, அதுதான் முத்து. முதலில் அது தண்ணீரில் சிப்பிக்குள் ஜனிக்கிறது, பிறகு சிப்பியைப் பிளந்து வெளியில் எடுக்கும்போது அடுத்த தடவை நிலத்தில் பிறக்கிறது."

உத்தரையின் சிரிப்பொலி சுபத்திரைக்குப் பெரும் ஆறுதலளித்தது. அந்தப் பெண்களை அழைத்து வந்தது மத்ரஜா என்பதால் அவள் மத்ரஜாவுக்கு வைரம் பதித்த வளையைப் பரிசாகத் தந்தாள்.

"கௌதமிதான் கெட்டிக்காரியாக இருக்கிறாள். அவள் சொன்னால் அதை அவர்கள் எல்லோருமே கேட்கிறார்கள்," என்றாள் மத்ரஜா.

"அப்படியே இருக்கட்டும்... அவர்களை நகையால் மூழ்கடித்து விடுகிறேன்... அவர்களுக்கு என்ன வேண்டுமோ கொடு."

அவர்கள் பல வண்ண நூல்களைக் கேட்டார்கள். புல் பூண்டுகளையும் செடிகொடிகளையும் பறித்து வந்து தங்கள் திறமையான விரல்களால் கூடை முடைந்தார்கள், பாய் பின்னினார்கள், கயிறு திரித்தார்கள்.

அவர்களின் தோல் நன்றாக விளைந்த கோதுமையின் நிறத்தில் இருந்தது; நீலக்கண்கள்; செம்பழுப்பு நிறமான முடி, அதை இறுகப் பின்னல் போட்டு வைத்திருந்தார்கள்; உடை மட்டும் கறுப்புத்தான். ஐந்து பேருமே அப்படித்தான். உள்ளே இருக்கும்போது அவர்கள் தலையை மூடிக்கொள்வதில்லை; தண்ணீரெடுக்க வெளியே செல்லும்போது முடியின் மீது ஒரு கறுப்புத் துணியைச் சுற்றிக் கொள்வார்கள். தங்கம் போலப் பளபளக்கும் பித்தளைச் செம்புகளில் அவர்கள் தண்ணீர் கொண்டு வருவார்கள். நறுமணம் கொண்ட மூலிகைத் தைலங்களால் உத்தரையின் உடலில் தேய்த்து விடுவார்கள். அவர்களது தொடுகையே அவளது இறுக்கத்தைத் தளர்த்திவிடும். குளியலுக்குப் பிறகு, தாழ்வான படுக்கை ஒன்றில் அவள் படுத்துக்கொள்வாள்.

தன் மருமகளுக்குத் துணையாக இருப்பதற்கு சுபத்திரை வரும் நேரம் அதுதான். அப்போது அந்தப் பெண்கள் சாப்பிடப்போய் விடுவார்கள். பிறகு அந்தப்புரத் தோட்டத்தில் போய் உட்கார்ந்து விடுவார்கள். பச்சைப்பசேலென்ற புல்வெளிகளும், பூக்கள் நிறைந்த மாதவிக்கொடிகள் சுற்றிப் படர்ந்திருக்கும் ஒரு சில மாமரங்களும் கொண்ட அந்தத் தோட்டத்தில் அவர்கள் தங்கள் ஈரத் துணிகளை வெயிலில் காய வைத்துக்கொள்வார்கள். தலைமுடியை உலர்த்திக் காயவைத்தபடி ஒன்றாக உட்கார்ந்து பேசிக்கொண்டிருப்பார்கள்.

"என்னிடம் அவர்கள் இந்த அளவுக்குப் பேசுவதில்லை," என்று வருத்தத்தோடு சொன்னாள் உத்தரை.

"உன்னிடம் அவர்கள் எத்தனை பிரியமாக இருந்தாலும் முழுமையான சுதந்திரத்தோடு ஒருபோதும் இருக்க முடியாது."

"எனக்கும் அப்படித்தான் தோன்றுகிறது."

இன்று அந்தப் பெண்கள் வட்டமாக அமர்ந்தபடி ஈரத்தலையைக் கைவிரல்களால் கோதிவிட்டுக்கொண்டே வானத்தைப் பார்த்தபடி ஏதோ ஒரு ராகத்தை முணுமுணுத்துக் கொண்டிருந்தார்கள்.

உத்தரை அவர்களையே பார்த்தபடி இருந்தாள்... ஏதேதோ எண்ணங்கள் அவள் மனதுக்குள் மேகம்போல சஞ்சரித்துக் கொண்டிருந்தன.

இப்போது இந்தக் கணத்தில் யுதிஷ்டிரனே அரசன். கௌரவர்களின் மீதான வெற்றி, முழுக்க முழுக்க மூர்க்கத் தனமானது. கௌரவப் பெண்கள் தங்களுக்கு நேர்ந்த பேரழிவின் கலக்கம் நீங்காதவர்களாகத்தான் இன்னும்கூட இருக்கிறார்கள்.

குந்தி, ஒரு பிராயச்சித்தம் செய்வது போல காந்தாரிக்கும் திருதராஷ்டிரனுக்கும் பணிவிடை செய்கிறாள். அப்போது அவள் கரங்கள் அவர்களிடமிருந்து மன்னிப்பை யாசிக்கின்றன. தன்னைத் தானே நாடு கடத்திக்கொண்டது போல, எங்கோ தொலைவிலிருந்து தன் மகனின் வெற்றிப் பெருமிதத்தைப் பார்க்கிறாள் அவள்.

கௌரவர்கள் அனைவரும் அழித்தொழிக்கப்பட்டு விட்டார்கள். வெள்ளுடை தரித்த அவர்களது விதவை மனைவிகள் அமைதியான நிழலுருவங்கள் போலத் தங்கள் அன்றாட நியமங்களைச் செய்யப்போகிறார்கள். எண்ணற்ற விரதங்கள், பூஜைகள், அந்தணர்களுக்குச் செய்யும் பசுதானம்.! அத்தனை இளம் வயதில் அவர்களது வாழ்க்கை வெறுமையாகி விட்டது. இப்போது அவர்கள் முன்பு விரிந்து கிடப்பது, முடிவே இல்லாத ஒரு பாலை. அதில் எடுத்து வைக்கும் ஒவ்வொரு அடியும் துயரத்தின் தகிப்புக் கொண்டதுதான்.

யுதிஷ்டிரன் அரசனான பின்பும் கௌரவர்களின் தந்திர வேலைகளையும், அவர்கள் செய்த மிருகத்தனமான கொடூரங் களையும் பற்றித் தொடர்ந்து கசப்புணர்ச்சியோடு பேசிக் கொண்டே இருப்பாள் துரௌபதி.

ஒருநாள் மெதுவான குரலில் குந்தி அவளிடம் இவ்வாறு சொன்னாள்.

"பாஞ்சாலி, இப்போதாவது சற்று அமைதிகொள். கணக்கற்ற அநீதிகளையும் அவமானங்களையும் நீ சுமந்தாய். அதற்குப் பழி வாங்கும் வகையில் கௌரவ குலம் முழுவதுமே பூண்டோடு அழிக்கப்பட்டு விட்டது. உன் நெஞ்சில் கையை வைத்து இப்போது என்னிடம் சொல், நீ, உன் பழி உணர்ச்சியை

முழுமையாகத் தீர்த்துக் கொண்டுவிட்டாய்தானே? கௌரவ குலத்து ஆண்களெல்லோரும் அழிந்து விட்டார்கள். ஆனால்... தங்கள் கணவர்களையும் மகன்களையும் இழந்து அநாதைகளாக இருக்கும் கௌரவப் பெண்களை நீ எப்போதாவது ஏறெடுத்துப் பார்த்ததுண்டா? அவர்கள் இதற்கு எந்த வகையில் பொறுப்பாளிகள் ஆவார்கள் என்று என்னிடம் கொஞ்சம் சொல்லேன்."

துரௌபதி அமைதியாகவே இருந்தாள்.

"அவர்களிடம் சற்றே பரிவு கொள்ளவும், இரக்கம் காட்டவும் முயற்சி செய். அவர்களிடம் கொஞ்சம் பிரியமாக இருக்கப் பார், அப்போது அது... உன் இதயத்தை எப்படி மென்மையாக்குகிறது என்பதைப் புரிந்து கொள்வாய்."

இல்லை..! அப்படிப்பட்ட நிலையிலெல்லாம் துரௌபதி இல்லை. ஆனால் இப்போதெல்லாம் அவள் குறைவாகவே பேசினாள், பெரும்பாலும் மௌனமாகவே இருந்தாள். அமைதி என்ற திரையால் அவள் தன்னைப் போர்த்திக்கொண்டு விட்டாள்.

சுபத்திரையால் தன் கண்ணீரைக் கட்டுப்படுத்திக்கொள்ள முடியவில்லை. தன் நெற்றியில் அறைந்து கொண்டு அழுது புலம்பினாள் அவள். மகன்களெல்லாம் மடிந்து போகத் தந்தைகள் மட்டும் உயிரோடு! மருமகள்களெல்லாம் கணவர்களை இழந்திருக்க, மாமியார்கள் இன்னும் சுமங்கலிகளாக!

காந்தாரியின் சொற்கள் அவள் நினைவுக்கு வந்தன. மூர்க்கமான இந்த யுத்தத்துக்கு வாசுதேவ கிருஷ்ணரைப் பொறுப்பாக்கிப் பேசினாள் அவள். 'பேரரசி' காந்தாரி சரியாகத் தான் சொல்லியிருக்கிறாள்' என்று தனக்குள் முணுமுணுத்துக் கொண்டாள் அவள். இப்படிப்பட்ட காட்டுமிராண்டித்தனமான போருக்குக் காரணமாக இருந்த பாவத்துக்காக யாதவ குலம் முழுவதுமே அழிந்துவிடத்தான் போகிறது.

"இறந்தகாலப் பெருமைகளை எதுவும் மீட்டெடுத்துவிடப் போவதில்லை. இனிமேல் வரலாறு என்பதே சாவும் அழிவுமாக மட்டும்தான் இருக்கப்போகிறது."

உத்தரையுடன் எவ்வளவு நேரம் முடியுமோ அவ்வளவு நேரம் பேசுவாள் சுபத்திரை. அபிமன்யு இறந்து விட்டான். சுபத்திரைக்கோ இன்னமும் கணவனின் துணை இருக்கிறது.

மேலும் உத்தரை அபிமன்யுவின் குழந்தையை வேறு வயிற்றில் சுமந்து கொண்டிருக்கிறாள்.

'அது பெண்ணாக இருந்தால் நல்லது, பையனாக இருந்து விட்டால் அவனும் போருக்குப்போக வேண்டியதாகி விடும்' என்று நினைத்துக்கொண்டாள் சுபத்திரை.

ஆனால் பிள்ளைப்பேறு பார்க்கும் அனுபவசாலியான மருத்துவச்சியோ,

"அவளைப் பார்க்கும்போது உங்களுக்குப் பிறக்கப்போவது பேரனாகத்தான் இருக்குமென்று தோன்றுகிறது. நான் சொல்வது மட்டும் சரியாக இருந்து விட்டால் எனக்கு நீங்கள் செழிப்பான ஒரு துண்டு நிலம் தந்துவிட வேண்டும். என் வாழ்க்கையின் இறுதிக் காலத்தை என் குழந்தைகளோடும் அவர்களது குடும்பத்தாரோடும் கழிக்க ஆசைப்படுகிறேன்" என்று சொன்னாள்.

உத்தரையால் தூங்க முடியவில்லை. ஜன்னலுக்கு வெளியே வெறித்துப் பார்த்துக்கொண்டிருந்தாள் அவள்.

"என்ன பார்க்கிறாய் கண்ணே?"

"கௌதமியையும் மற்றவர்களையும்தான், அவர்கள்தான் எவ்வளவு வித்தியாசமாக இருக்கிறார்கள் அம்மா!"

"குடிமக்களும் ஆள்பவர்களும் எப்படியம்மா ஒரே மாதிரி இருக்க முடியும்?"

"ஐந்து பேர், ஆனால் அவர்கள் எப்போதும் ஒன்றாகவே இருக்கிறார்கள். உறங்குவது, விழிப்பது, சாப்பிடுவது, குளிப்பது என்று எல்லாவற்றையுமே சேர்ந்து செய்கிறார்கள். விடியற்காலை நேரத்தில் என்னைத் தோட்டத்துக்கு அழைத்துக்கொண்டுபோய் அங்கே உள்ள புல்வெளியில் வெறுங்காலால் நடக்க வைக்கிறார்கள். துணி மடிக்கவும் துளசிச்செடிக்கு நீரூற்றவும் சொல்கிறார்கள். இதெல்லாம் ஏனென்று தெரியுமா?"

"ஏன் கண்ணே"

"கருவுற்ற பெண்கள் வெறுமே படுத்துக் கிடந்து ஓய்வெடுக்கும் பழக்கம் அவர்களிடம் இல்லை. சின்னச்சின்ன வேலைகளில் தங்களை ஈடுபடுத்திக்கொண்டு அவர்கள் சுறுசுறுப்பாகத்தான் இருப்பார்களாம். குழந்தைகளைக் கருச்சுமப்பது பெண்களுக்கு இயற்கை வகுத்திருக்கும் விதி

நற்றிணை பதிப்பகம் ○ 73

மட்டும்தான், அதற்காக அவள் எப்போதும் தன் உடலைச் சீராட்டிக்கொண்டே பொழுது கழிக்க வேண்டுமென்பதில்லை என்று அவர்கள் சொல்கிறார்கள். நான் சுறுசுறுப்பாக இருந்தால்தான் குழந்தைப் பேறு எனக்கு எளிதாக இருக்குமாம்... மருத்துவச்சியும் அப்படித்தான் சொல்கிறார்... சே... அவர்கள் ஐந்து பேரும்தான் எப்படிப் பேசிக்கொண்டிருக்கிறார்கள்?"

"குழந்தாய், அவர்களின் வாழ்க்கை முறை மிகவும் வித்தியாசமானது. அவர்களின் மொழியும் வித்தியாசமானதுதான். தங்கள் சொந்த மொழியில் ஒருவருக்கொருவர் பேசிக்கொள்ள முடிவதை எண்ணி அவர்கள் மகிழ்ச்சியோடு இருப்பார்கள்."

"அவர்கள் பாடுவது என்ன பாடல்? நானும் அது என்ன என்று கண்டுபிடிக்கப் பார்க்கிறேன்... ஆனால் ஐயோ ஐயோ என்பதற்கு மேல் எனக்கு வேறெதுவும் விளங்கவில்லை."

"அவர்கள் பாடவில்லை மகளே... அவர்கள் புலம்பி ஓலமிட்டுக் கொண்டிருக்கிறார்கள்."

"உங்களுக்கு அவர்கள் மொழி தெரியுமா?"

"நம்முடைய தாதிமார்கள் பெரும்பாலும் அந்தப் பகுதியைச் சேர்ந்தவர்கள்தான், எனக்கு ஓரளவு அவர்கள் பேசுவது புரியும். அது ஒரு ஒப்பாரிதான்."

"ஆனால் பாட்டுப்போலத்தானே...?"

"ஆமாம், இறந்தவர்களுக்காகப் புலம்புவதையும் கூடப் பாட்டாகப் பாடலாம், அதிலுள்ள வார்த்தைகள் உனக்கு விளங்குகிறதா."

"இல்லை அம்மா."

"அவர்களுடைய கணவர்களும் போரில் இறந்து விட்டார்கள்."

"அப்படியா? ஐயோ!"

"அவர்களெல்லாம் விவசாயிகள், பொன்னிறமான கோதுமை, நல்ல தரமான சோளம், எண்ணெய் வித்துக்கள், கீரைவகைகள், இஞ்சி, மஞ்சள், கரும்பு என்று பலவற்றையும் பயிர் செய்பவர்கள்."

சுபத்திரை தொடர்ந்து நினைவுபடுத்திக்கொண்டபடி சொன்னாள்.

“அவர்கள் உணவுப்பொருட்களை வாங்க வேண்டிய அவசியமே இல்லை. குருஜங்கலின் மண் அத்தனை வளமானது.”

“ஆமாம்... அப்படித்தான் சொல்கிறார்கள்.”

“இவர்கள் வயல்வேலைக்குச் செல்லும்போது இவர்களின் கணவர்கள் போர்க்களத்துக்குப் போய்ச் சண்டை போடுவார்கள், பிறகு வீடு திரும்புவார்கள். இந்த முறை யாருமே திரும்பி வரவில்லை. அதற்காக வருந்தும் சோகப் பாடலைத்தான் அவர்கள் பாடுகிறார்கள்.”

பொன்னிற கோதுமை வயல்கள்

உழவு செய்யப்படாமல் தரிசாய்....!!

ஐயோ ஐயோ!!

ஏரும் கலப்பையும் கொண்டு

அங்கே இனி போவது யார்?

ஐயோ ஐயோ!!

விதைப்பதற்குக் காத்திருக்கின்றன

எள்ளும் கோதுமையும்

ஐயோ ஐயோ!!

விதைக்கப்படவும்

பச்சிலைகளோடு துளிர்த்து வரவும்

அறுவடை செய்யப்படவும்

அவை விழைகின்றன...

ஐயோ ஐயோ!!

எங்கள் ஊரின் மீது

சவத்துணி போர்த்தியது யார்?

தீபங்கள் ஏற்றப்படாமல்

எங்கள் குடில்கள்

இருண்டு கிடக்கின்றன

குழந்தைகளின் கண்களில்...

தாய்மார்களின் விழிகளில்

விதவைகளின் இமையோரம்

உறைந்திருக்கும் துயரத்தைக் காணுங்கள்!

போர்

ஊரையே சுடுகாடாக்கி விட்டதே!

ஐயோ ஐயோ!!"

உத்தரை குழப்பத்தோடு அவளைப் பார்த்துக் கேட்டாள்.

"ஆனால் அம்மா...! அந்தத் தர்மயுத்தத்தில் உயிர் கொடுத்தவர்கள் எல்லோருமே 'திவ்ய' லோகத்துக்குச் சுவர்க்கத்துக்குத் தானே போவார்கள்? இவர்களுடைய கணவர்கள் மட்டும் அங்கே போகவில்லையா என்ன?"

"யாருக்குத் தெரியும்..? எனக்கு உண்மையில் எதுவும் சொல்லத் தெரியவில்லை."

"என்னவோ புதிராகத்தான் இருக்கிறது. இவர்கள் இங்கே ஏன் வந்தார்கள்?"

சுபத்திரை தன் கவனத்தை வேறெங்கொ லயிக்கவிட்டபடி பதிலளித்தாள்.

"ஒருவேளை அவர்கள் புதுமணப்பெண்களாக இருக்கலாம், ஒருவேளை எங்கோ தள்ளி இருந்தபடி அவர்கள் போரைப் பார்த்துக் கொண்டிருக்கலாம், ஒருவேளை தங்கள் கணவர்களின் உடல்களைத் தேடிக் கொண்டிருந்திருக்கலாம். அரசதர்மத்தைச் சேர்ந்தவர்கள், அரச குலத்தவர்கள்... சாமானிய மக்களின் வாழ்க்கை முறையைப் பற்றியோ... பொதுவான மனித குலத்தைப் பற்றியோ அறிந்து கொள்ள எப்போதுதான் முயன்றிருக்கிறார்கள்?, அதெல்லாம் அவர்களுக்கு ஒரு பொருட்டா என்ன."

"அப்படியானால் அவர்களின் கணவர்கள்... அவர்கள் சுவர்க்கலோகத்துக்குப் போகவே இல்லையா?"

"எனக்குத் தெரியவில்லை குழந்தாய். இப்படிப்பட்ட எண்ணங்களால் உன் மனதைத் தேவையில்லாமல் தொந்தரவு செய்து கொள்ளாதே அதுவும் நீ இப்போது இருக்கும் நிலையில்.."

"அம்மா, அவர்கள் சொல்வது உண்மையா?"

"என்ன சொல்கிறார்கள்?"

"தீ மூட்டப்பட்ட சிதைகள் வெகுநாட்கள் எரிந்து கொண்டிருந்ததால் பூமி தகிக்கிறதென்றும் பாறையைப்போல இறுகிவிட்டதென்றும் சொல்கிறார்கள்."

"இருக்கலாம்."

"அவர்கள் சுற்றுவழியாகத்தான் நதிக்குப் போகிறார்கள். நேர்வழியில் போனால் அவர்கள் பாதங்களால் அந்த வெம்மையைத் தாங்க முடியாது."

கண்ணீர் வற்றிப்போனவளாய் நடுங்கிக்கொண்டிருந்தாள் சுபத்திரை.

"சரி நீ போய்த் தூங்கு கண்ணே. சிறிது ஓய்வெடுத்துக்கொள்." என்று மிகுந்த பிரியத்தோடு உத்தரையிடம் சொன்னாள் அவள்.

ஆரம்பத்திலெல்லாம் உத்தரையால் தூங்க முடிந்ததே இல்லை. விளக்குகள் எரியாவிட்டால் எவரோ உலுக்கி விட்டதைப் போல அவள் விழித்துக்கொண்டு விடுவாள். குருதியில் தோய்ந்த அபிமன்யுவின் உடலால் மட்டுமே அவள் கனவுகள் நிறைந்திருந்தன; கொஞ்சம் கூட சளைக்காமல் தன் புடவை முந்தானையால் அவனது காயங்களைத் துடைத்து விட்டுக்கொண்டே இருப்பாள் அவள்...

இப்போதெல்லாம் அவளால் இரவு முழுவதும் தூங்க முடிகிறது. அந்த ஐந்து பெண்களும் அவள் படுக்கைக்குக் கீழே தரையில் விரிப்பு போட்டுப் படுத்திருப்பார்கள். கௌதமியின் கைப்பிடி அவளை விட்டு ஒருபோதும் விலகாது. அவர்களுடைய கணவர்களும் இறந்துதான் போயிருக்கிறார்கள், ஆனாலும் அவர்கள் உறங்கி விடுகிறார்கள்.

உறக்கத்தில் உத்தரை இப்படி முணுமுணுத்தாள், "உங்கள் பெயர்கள்தான் எத்தனை அழகு?"

"எல்லாம் நதிகளின் பெயர்கள், உணவு தானியங்களின் பெயர்கள்... ஆமாம் உத்தரைக்குப் பிறக்கப்போவது ஆணா பெண்ணா? அந்தக் குழந்தைக்கு என்ன பெயர் இருக்கும்?"

"உன் குழந்தையை நீ எப்படிக் கூப்பிடப்போகிறாய்?"

"அது என் கையில் இல்லை."

"வேறு யார் அதை முடிவு செய்வார்கள்?"

"ஐயோ... அது மிகவும் விஸ்தாரமான ஒரு சடங்கு. பூஜைகள், யாகங்கள், அக்கினி தேவனுக்குக் காணிக்கைகள், நிவேதனங்களென்று... குடும்பத்தில் இருக்கும் மூத்த ஆண் உறுப்பினர்கள் கூடி உட்கார்ந்து அதைப்பற்றி விவாதிப்பார்கள், சோதிடர்களும் ஆச்சாரியார்களும் அதன் ராசிபலனைக் கணித்து ஜாதகம் எழுதுவார்கள். அந்த முறையில்தான் குழந்தையின் பெயரைத் தேர்ந்தெடுப்பார்கள்."

"கடவுளே... உங்கள் வாழ்க்கைமுறைகள்தான் எவ்வளவு வித்தியாசமானவை?"

"இவையெல்லாம் சடங்குமுறைகள். இந்த மாதிரி எதுவும் உங்களுக்கும் உண்டா?"

"நிச்சயமாக எங்களுக்கும் உண்டு. தானியத்தைத் தராசின் ஒரு தட்டில் வைத்துக் குழந்தைக்கு எடை பார்ப்பார்கள். யாராவது ஒரு பாட்டனார் அதற்குரிய பெயரைத் தேர்ந்தெடுப்பார். அதன் தலை மொட்டையடிக்கப்படும். பிறகு சூரிய வெப்பத்தில் சூடேற்றிய நீரில் அதைக் குளிக்க வைப்பார்கள். இசைக்கலைஞர்கள் வாத்தியங்களை இசைப்பார்கள், பெண்கள் பாடுவார்கள். பிறகு குழந்தையின் தாய்மாமா தன் சுண்டு விரலால் அதற்கு ஒரு துளி நெய்ப்பாயசம் ஊட்டி விடுவார்."

"அப்புறம்?"

"குழந்தை பால் குடித்துவிட்டுத் தூங்கிவிடும். கிராமத்திலுள்ளவர்களுக்கெல்லாம் விருந்து வைப்போம். நாங்கள் எல்லோரும் சேர்ந்து பாட்டுப் பாடுவோம், மகிழ்ச்சியாக இருப்போம்."

"பெண்களுமா?"

"ஆமாம்... வேறென்ன? பெண்கள், ஆண்கள், வயதானவர்கள் என்று எல்லோருமேதான். என் பெயர் ஏன் கௌதமி என்று இருக்கிறது தெரியுமா? நன்றாக விளைந்த கோதுமை நிறத்தில் நான் இருந்ததால் கௌதமி என்ற பெயர் எனக்கு இருக்கட்டும் என்றாளாம் என் பாட்டி."

"உண்மையாகவே எனக்கு இதைப்பற்றியெல்லாம் எதுவுமே தெரியாது. ஆண்களும் பெண்களுமாய்ச் சேர்ந்து பாடுவதை யெல்லாம் என்னால் கற்பனை கூடச் செய்ய முடியவில்லை" என்றாள் உத்தரை.

"எங்கள் கிராமங்கள் எப்படி இருக்கும் என்பதைப் பற்றியெல்லாம் யாருக்கென்ன கவலை? கோதுமைக் கதிர்கள் முற்றியதுமே அவற்றை உண்ணுவதற்காகப் பறவைகள் வந்துவிடும். சிறுவர்களும் சிறுமிகளும் நாள் முழுவதும் கூச்சல் போட்டு அவற்றை விரட்டியடிப்பார்கள். பறவைகளுக்குப் பயம் காட்டுவதற்காகவே நாங்கள் மூங்கிலால் பெரிய பெரிய சோளக்கொல்லை பொம்மைகள் செய்து வைத்திருப்போம்," என்று எங்கோ பார்த்தபடி தனக்குத் தானே பேசிக்கொண்டாள் கோமதி.

"இரவு முழுவதும் ஆண்கள் வயலில் காவல் காத்துக் கொண்டிருப்பார்கள்," என்றாள் விபாஷா.

"அது எதற்கு?"

"பயிர்களை மேய மான்கள் வந்து விடுமல்லவா, அதனால் வயலில் அவர்கள் காவல் இருக்க வேண்டும்."

"எனக்கு இதெல்லாம் எதுவுமே தெரியாது."

"நீ உண்மையாகவே ஒரு அப்பாவிப் பெண்தான்! விவசாயிகள் தானியம் தராவிட்டால் அரசர் வீட்டுக் குதிரும் கூடக் காலியாகத்தான் இருக்கும்."

"மிரண்டு விழிக்கும் ஒரு மான்...! பார்ப்பதற்கு அது எத்தனை அழகாக இருக்கும்?"

"வயலைக் காவல் காக்க ஆண்கள் மட்டுமல்ல, பெண்களும் போவதுண்டு. என் அம்மா ஒரு முறை ஈட்டி எறிந்து ஒரு மானைக் கொன்றிருக்கிறாள். என் அம்மா நிஜமாகவே வலிமையானவள். கனமான ஆட்டுரலைத் தனி ஒருத்தியாகவே தூக்கி விடுவாள்."

"ஆனால்... ஈட்டி, அது ஆண்களின் ஆயுதம் இல்லையா?"

கோமதி வருத்தத்தோடு புன்னகைத்தபடி சொன்னாள்.

"அது காலாட்படை வீரனுக்குரிய ஆயுதம் இளவரசி. விவசாயிகள்தான் காலாட்படை வீரர்களாய் வருபவர்கள்."

களிமண்ணால் செய்த ஒரு பறவைக்குச் சிறகுகளைச் செய்தபடியே, "அது பெண்ணுக்குரிய ஆயுதமும் கூடத்தான்" என்றாள் விதாஸ்தா.

விதாஸ்தாவின் விரல்கள் எப்போதும் சுறுசுறுப்பாக இயங்கிக்கொண்டே இருப்பவை. ஆற்றங்கரையிலிருந்து களிமண் எடுத்து வந்து பறவைகள், குதிரைகள், மான், வண்டிகள், குழந்தைகளோடு இருக்கும் அம்மாக்கள் என்று சின்னச்சின்னக் களிமண் பொம்மைகளை அவள் செய்துகொண்டே இருப்பாள். அவற்றையெல்லாம் வெயிலில் காய வைத்து வண்ணம் தீட்டுவாள். உத்தரைக்குப் பிறக்கப்போகும் குழந்தைக்காக அந்தச் சிறிய பொம்மைகளைச் செய்து கொண்டிருந்தாள் அவள்.

கோமதி மறுபடி ஒரு தரம் சொன்னாள்.

“வில்லோ அம்போ வேறெந்த ஆயுதமோ இல்லை. காலாட்படை வீரர்களின் ஒரே ஒரு ஆயுதம் ஈட்டி மட்டும்தான்.”

பேசும்போது பார்வையைத் தாழ்த்தி வைத்துக்கொள்வது அவள் வழக்கம். இருள் திரை போர்த்தியது போல அவள் பார்வையும் ஏதோ ஒரு முக்காட்டைக் கொண்டு மூடி வைத்தது போலவே இருக்கும். இமயமலைப் பகுதிகளிலிருக்கும் ஆழங்காண முடியாத ஏரிகளைப்போன்றவை அவள் கண்கள். சலனமற்ற அமைதியோடு கூடிய அந்த ஏரிகளின் ஆழங்களை மனிதர்களால் ஒருபோதும் அளவிட முடிந்ததில்லை. குழந்தைப்பருவத்தில் தன்னை வளர்த்த செவிலித்தாயிடமிருந்து இத்தகைய ஏரிகளைப்பற்றி உத்தரை கேள்விப்பட்டதுண்டு.

“ஈட்டியை எப்படிப் பயன்படுத்துவது என்று பெண்களுக்குத் தெரியுமா?”

“ஒவ்வொரு வீட்டிலும் அவை இருக்கும். ஆண்கள் போருக்குப் போகும்போது பெண்கள் வீட்டைப் பாதுகாப்போம்.”

“ஆனாலும் கூட... பாவம், மானின் மீது போய் விதாஸ்தாவின் அம்மா ஈட்டி எறிந்து விட்டார்களே?”

“இதில் வருத்தப்பட என்ன இருக்கிறது இளவரசி? அரண்மனை அடுப்பங்கரையில் தினமும் மானிறைச்சி தயாராகிறது. மான்தோலைக் கொண்டுதான் காலணிகள், விரிப்புகள் எல்லாம் செய்கிறார்கள். அதுபோலவே நாங்களும் மான்களையும், பறவைகளையும் வேட்டையாடுகிறோம், அவற்றின் இறைச்சியையும் சாப்பிடுகிறோம்.”

"அப்படியா, இதோ பாருங்கள், எனக்கு இதெல்லாம் எதுவுமே தெரியாது. அதனால்தான் இப்படிப்பட்ட முட்டாள் தனமான கேள்விகளைக் கேட்கிறேன். என் மீது தயவு செய்து கோபப்படாதீர்கள்."

"நீங்கள் ஏன் இளவரசி அந்தப் பெண்களோடு இவ்வளவு நெருக்கமாய்ப் பழக வேண்டும்? வரவர அவர்களின் துடுக்குத்தனம் அதிகமாகிவிட்டது. அரசியிடம் சொல்லி உங்களுக்குப் புதிய பெண்களை ஏற்பாடு செய்கிறேன்," என்றாள் மத்ரஜா.

"கூடவே கூடாது... அப்படிச் செய்ய வேண்டாம்."

"ஏற்கனவே வயிற்றில் குழந்தையோடு இருக்கிறீர்கள். சமீபத்தில்தான் விதவையாகவும் ஆகியிருக்கிறீர்கள்... இந்த நேரத்தில் போய்..."

"உடனே வெளியே செல்லுங்கள், என்முன் நிற்காதீர்கள்."

விதவை என்ற வார்த்தையே அவளை அச்சுறுத்துவதாக இருந்தது. வெள்ளுடை அணிந்திருக்கும் கௌரவ விதவைகளின் நினைவு வரும்போதெல்லாம் அவள் பயந்து நடுங்கினாள். கண்ணாடியில் தன்னைப் பார்த்துச் சீர் செய்து கொள்ளக்கூட அவளால் முடியவில்லை.

பிருகந்நளையிடம் நடனம் கற்றுக்கொண்டபோது அவள்தான் எப்படிச் சிரித்துக் களித்தபடி இருந்தாள்? சின்னச் சின்னக் குறும்புகள் செய்து கொண்டு... தன் பொம்மைகளுக்கு மிக நேர்த்தியான பட்டுத் துணியால்தான் உடை தைக்க வேண்டும் என்று அடம்பிடித்துக்கொண்டிருந்த அந்த உத்தரை எங்கே?

அந்த உத்தரையின் நீளமான தலைமுடி தளர்வாகத் தொங்க விடப்பட்டிருக்கும், காற்றுப்போல அவள் சுழன்றாடும்போது அதுவும் அவளுடன் கூடவே ஆடும். அந்த உத்தரை, மணிக்கணக்கில் ஊஞ்சலாடவும், நேரம் போவது தெரியாமல் தோட்டத்தில் விளையாடவும் ஆசைப்படுவாள். அந்த உத்தரை பளீரென்ற வண்ணத்தில் சோளியும், காக்ரா பாவாடையும், துப்பட்டாவும் அணிந்திருப்பாள்.

நற்றிணை பதிப்பகம் ○ 81

இந்த உத்தரையோ வெண்மை நிறத்தில் ஆடை உடுத்திக்கொண்டு எந்த அணிகலன்களும் அணிந்து கொள்ளாமல் இருக்கிறாள். அவளது கூந்தல் அவள் தோள்களின் மீது ஒரு சுமை போலத் தொங்கிக்கொண்டிருக்கிறது. இந்த உத்தரையின் கண்களும் உதடுகளும் புன்னகை செய்யக்கூட மறந்து விட்டன. இவள் தன் காலடிகளைக்கூட பயத்தோடும் தயக்கத்தோடும் மட்டுமே எடுத்து வைக்கிறாள். இப்படி எத்தனை காலம்தான் இவளால் தாக்குப் பிடிக்க முடியப்போகிறது? கண்ணாடியில் தெரியும் வித்தியாசமான இந்தப் பிம்பம் எத்தனை காலம் விரட்டிக்கொண்டிருக்கப்போகிறது அவளை?

அவளுக்குப் பிறக்கும் குழந்தை அதிகபட்சம் போனால் ஒரு வருடம் வேண்டுமானால் அவளோடு இருக்கும். பிறகு பாலூட்டும் கைத்தாய்கள் அதை வளர்க்கும் பொறுப்பை ஏற்றுக்கொண்டு விடுவார்கள். அரச குடும்பத்துக் குழந்தைகள் தங்கள் சொந்த அன்னையரால் ஒருபோதும் வளர்க்கப் பட்டதில்லை.

அதன் பிறகு அவள் அனுசரிக்க வேண்டிய சடங்கு சம்பிரதாயங்கள், நோன்புகள், சுய விருப்பங்களைத் துறந்து விட்டுச்செய்ய வேண்டிய பிராயச்சித்தங்கள் என்று எல்லாம் வரிசையாக ஆரம்பிக்கும்.

ஆறே ஆறு மாத மண வாழ்க்கை! அவளது சந்தோஷம்தான் எப்படிப் பறந்து போய்விட்டது?

எவ்வளவு இளமையான மணமகனும், மணமகளும்! புதுமணப் பெண்ணாக அந்த வீட்டில் அடியெடுத்து வைத்தபோதுதான் எத்தனை ஆரவாரம்?

மாப்பிள்ளை, பெண் இருவரையும் தூக்கி மடியில் வைத்துக்கொண்டாள் குந்தி.

“நான் குழந்தையாக இருந்தபோது மண் பொம்மைகளோடு விளையாட ஆசைப்படுவேன், இதோ என் உயிருள்ள பொம்மைகள்” என்றாள்.

அங்கிருந்த அனைவருக்குமே உயிரான கண்மணியாக இருந்தாள் உத்தரை.

‘அது எப்படி ஒரு குதூகலமான திருமணம்? இப்போதோ எல்லாமே ஒரு கனவு மட்டும்தான். சிறுவயதில் கேட்ட

மாயாஜாலக் கதைகளைப் போலத்தான்' என்று தனக்குள் முனகிக் கொண்டாள்.

'அந்தத் திருமண மண்டபம்தான் எப்படிப்பட்ட ஒரு விழாக்கோலத்தைப் பூண்டிருந்தது? அங்கே ஒலித்த இசைதான் எத்தனை இனிமையாக இருந்தது? அரண்மனைக்கு வெளியே ஒரு உற்சவம் நடப்பதைப் போலல்லவா கொண்டாட்டமாக இருந்தது! நாடோடிப் பெண்களும் ஆண்களும் கவர்ச்சியான அழுத்தமான வண்ணங்களில் உடையணிந்து கொண்டு எப்படிக் களிப்போடு நடனமாடினார்கள்? கழைக் கூத்தாடு பவர்கள், கரடியாட்டம் ஆடுபவர்கள், அரக்கு வளையல் விற்பவர்கள் என்று ஒரு திருவிழாச் சந்தையைப்போல் அல்லவா அது இருந்தது?'

'திருமண மண்டபத்திற்குள் தீ மூட்டி வேள்விச்சடங்கு நடந்தது. நெய்யில் ஊறிய சுள்ளிகளால் தீச்சுவாலை காற்றில் கொழுந்து விட்டு எரிந்து கொண்டிருந்தது. அரசகுலத்துப் பெண்கள் வரிசையாக உட்கார்ந்திருந்தனர். பாண்டவர்களின் பட்டத்து அரசியான துரௌபதியிடமிருந்து உத்தரையால் தன் பார்வையை அகற்றிக்கொள்ள முடியவில்லை. அவளது பெருமிதம், கம்பீரம், நளினம், அழகு இவையெல்லாம் ஒன்று சேர்ந்து மற்றவர்களைக் கூச்சமடைய வைத்துக்கொண்டிருப்பது போலிருந்தது.'

இவையெல்லாம் உத்தரையின் வாழ்க்கையிலேதான் நடந்திருக்கிறதா? அவளது தோட்டத்திலிருக்கும் பொய்கையில் அன்னங்கள், அரச கம்பீரத்தோடு நீந்திக்கொண்டு போகும். தந்தை வீட்டில் இருந்தபோது அவளும் கூட அவைகளைப் போலத்தானே சுதந்திரமாகப் பெருமிதத்தோடு இருந்திருக்கிறாள்

'கனவு...! எல்லாமே வெறும் கனவுதான்!'

தந்தை வீட்டின் மேல்தளத்தில் இருந்தபடி அவளால் தொலை தூரத்து மலைத்தொடர்களைப் பார்க்க முடியும். அவர்களது நாட்டில் மலைகளும், பாலைவனங்களும், காடுகளும், ஓடைகளும் இருந்தன. ஊர் ஊராய்ச் செல்லும் வியாபாரிகள், காந்தாரம், கேகயம், தக்ஷிலா, த்ரிகந்தா போலப் பல இடங்களிலிருந்து ஒட்டகங்களின் முதுகில் பொருட்களை எடுத்து வந்து விற்பார்கள்.

மந்திரவாதிகள், பாம்பாட்டிகள், நடனக்கலைஞர்கள், பொம்மலாட்டக்காரர்கள் என்று பலவகைப்பட்டவர்களும் வீதிகளில் அலைந்து கொண்டிருப்பார்கள். பொம்மைகளை ஆட்டி வைத்தபடி விநோதமான கதைகளைச் சொல்லிக்கொண்டே பாட்டுப்பாடுவார்கள்.

அந்த மகிழ்ச்சியான நாட்களெல்லாம் இப்போது வெறுங்கனவாகத்தானே தோன்றுகின்றன..

சட்டென்று அவளுக்குக் கோபம் வந்து,

"அந்தப் பெண்கள் இங்கேதான் இருந்தாக வேண்டும்," என்று மத்ரஜாவிடம் ஆணையிட்டாள்.

அரண்மனை அந்தப்புரத்தில் தலைமைத் தாதியாக வெகுகாலமாக இருந்து வருபவள் மத்ரஜா. எல்லாவற்றையும் தன் கட்டுப்பாட்டில் வைத்திருக்கப் பழக்கப்பட்டிருப்பவள். சமயங்களில் பாண்டவ அரசிகளுக்கும் கூட ஆலோசனை சொல்பவள்.

"அவர்கள் உங்களை நிம்மதி இழக்கச்செய்து விடுகிறார்கள்," என்றாள் அவள்.

"இல்லை... அவர்கள் ஒருபோதும் அப்படிச் செய்வதில்லை. துக்கம் காத்துக்கொண்டிருக்கும் நிசப்தம் சூழ்ந்த இந்த அரண்மனையில்..."

"துக்கமா? இதில் துக்கம் எங்கே வந்தது அபிமன்யுவின் விதவையே! தர்மயுத்தத்தில் உயிர்விட்ட எல்லோரும் சுவர்க்க லோகத்துக்குச் சென்று விட்டார்கள். அங்கே வானுலகத்தில் எப்படி ஒரு கோலாகலமாக இருக்கும்... நினைத்துப்பாருங்கள்."

"ஓ அப்படி என்றால் தேவலோகத்திலிருந்து இங்கே இறங்கி வந்த ரதங்களை நீயே உன் கண்ணால் பார்த்தாயா என்ன? அவர்களின் ஆனந்த ஆரவாரத்தை நீயே உன் காதுகளால் கேட்டாயா?"

"அதெப்படி..?"

"குறைந்தபட்சம் வானலோகத்திலிருந்து கீழே இறங்கி வந்த ரதங்களையாவது..?"

"உன்னோடு பேச என்னால் முடியாது. அப்போது நான் உள்ளே இருந்தேன்."

"பிறகேன் இதையெல்லாம் சொல்கிறாய்?"

"அது உண்மையென்பதுதான் எல்லோருக்குமே தெரியுமே!"

"வெட்கம் மத்ரஜா! குருஜங்கலிலிருந்து வந்திருக்கும் நீ போய் இப்படி அரச தருமங்களைப் பேசிக்கொண்டிருக்கலாமா"

"நான் பச்சைக்குழந்தையாக இருக்கும்போதே அவர்கள் என்னை இங்கே கூட்டிக்கொண்டு வந்து விட்டார்கள். அது ஒன்றும் புது விஷயம் இல்லை, எப்போதுமே நாம்தான் அவர்களுக்குச் சிக்குவோம். அந்தப்புரத்துத் தாதிகளாய், அரசவையில் பாடுபவர்களாய், நடனம் ஆடுபவர்களாய்... வீரர்களுக்குப் பணிமகளிராய்...! எல்லாம் உங்களைப் போலத்தான் பெண்களே."

"இல்லை நாங்கள் இங்கே, உன்னைப்போல அழைத்து வரப்படவில்லை. அரச தர்மத்தோடு ஒன்றுகலந்து விடுவதைப் பற்றி நாங்கள் கற்பனை செய்து கூடப் பார்த்ததில்லை. நாங்கள் விவசாயக் குடும்பங்களில் திருமணம் செய்து கொடுக்கப் பட்டவர்கள். போர் செய்வதற்காக எங்கள் கணவர்கள் அனுப்பப்பட்டார்கள். காலாட்படை வீரர்கள் அதிக எண்ணிக் கையில் இறந்து போகக்கூடும் என்பது எங்களுக்குத் தெரிந்தது தான். சற்றுத் தூரத்தில் தள்ளி நின்றபடி போர் நடப்பதைப் பார்த்துக்கொண்டிருப்போம். ஒவ்வொரு நாளும் போர் முடிந்த பிறகு பயங்கரமான இருளுக்கு நடுவே சென்று எங்கள் கணவன்மார்களின் இறந்த உடல்களைத் தேடுவோம். சிறிய களிமண் விளக்குகளையோ, சுடர் விட்டெரியும் தேவதாருக் கட்டைகளையோ வெளிச்சத்துக்காகக் கைகளில் பிடித்துக் கொண்டிருப்போம். எங்கள் கணவன்மார், சகோதரர்கள், மைத்துனன்மார்கள் என்று எல்லோரையும் தேடுவோம்...! அப்புறம் இதையும் கேள் மத்ரஜா."

"வானுலகத்திலிருந்து எந்த ரதமும் கீழே இறங்கி வரவும் இல்லை, அவர்கள் சுவர்க்கலோகம் செல்லவும் இல்லை. அதே தர்மயுத்தத்தில்தான் காலாட்படை வீரர்களும் பலியாகி இருக்கிறார்கள். ஆனால் அவர்களது ஆன்மா கடைத் தேறுவதற்காக எந்த ஒரு இறுதிச்சடங்கும் செய்யப்படவில்லை" என்றாள் கௌதமி.

"நீங்கள் ஐவரும் எப்படி இங்கே...?"

“எங்களால் வீடு திரும்ப முடியவில்லை.”

கௌதமி பேசிய வார்த்தைகளில் மூர்க்கமான ஒரு தொனி உள்ளடங்கியிருந்ததை உத்தரை இனம் கண்டு கொண்டாள்.

‘வெளியே புலப்படும் நதியின் அமைதியான நீரோட்டத்துக்கு அடியில் விசையும் சுழிப்புமான வலுவான வேறொரு சக்தி மறைந்திருக்கிறது. இல்லையென்றால் மிகப் பெரிய யானையைக்கூட எப்படி அதனால் விழுங்கிக் கபளீகரம் செய்ய முடிகிறது?’ என்று அபிமன்யும் கூட ஒருமுறை அவளிடம் சொல்லியிருக்கிறான்.

“உங்களால் ஏன் திரும்பிப் போக முடியாது?” என்று உண்மையான அக்கறையோடு கேட்டாள் உத்தரை.

“திரும்பிப் போவதற்கு அங்கே என்ன எஞ்சியிருக்கிறது இளவரசி? அஹிசத்ரா, மத்ஸ்யா, குருஜங்கல், கோசலம், துவைதம், பாஞ்சாலம், ப்ரச்யா என்று பற்பல இடங்களிலிருந்து காலாட்படை வீரர்கள் வந்தார்கள். நாங்கள் குருஜங்கலைச் சேர்ந்தவர்கள். மற்ற இடங்களைப்பற்றி எங்களுக்கு எதுவும் தெரியாது. ஆனால் எங்கள் வயல்கள்... வளமான எங்கள் வயல்கள், ஆண்டு முழுவதும் ஆற்று நீர்ப்பெருக்கால் செழித்துக் கொழித்திருக்கும் எங்கள் பூமி பயிர்களின்றி வாடி வறண்டு கிடக்கிறது. ஒவ்வொரு நாளும் காலாட்படை வீரர்களைக் கொத்துக்கொத்தாய்க் கொன்று குவிக்கிறார்கள். எங்கள் வீட்டு ஆண்களெல்லாம் மொத்தமாகக் கொல்லப்பட்டுவிட்டார்கள்.”

அடுத்த பல்லவியை விதாஸ்தா தொடர்ந்தாள்.

“கிராமத்து வீடுகள் விளக்குகள் ஏற்றப்படாமல் இருண்டு கிடக்கின்றன. நாங்கள் அங்கிருந்து கிளம்புவதற்கு முன்பு கால்நடைகளை அவிழ்த்து விட்டுவிட்டு வந்தோம். இப்போது அவையெல்லாம் காட்டு மிருகங்களுக்கு இரையாகியிருக்கும்.”

இப்போது விபாஷா பேச ஆரம்பித்தாள்.

“கிராமத்திலிருக்கும் குடிசைகளில் யாரும் இப்போது கோதுமை மாவு அரைப்பதில்லை. எந்தப் பெண்ணும் பாலிலிருந்து வெண்ணெய் எடுப்பதில்லை, எண்ணெய் ஆட்டுவதில்லை. கிராமத்து ஓசைகளெல்லாம் அவிந்துபோய்க் கிடக்கின்றன.”

“நதிக்கரைகளில் பெண்கள் துணி துவைத்து உலர்த்துவதில்லை. தாய்மார்கள் தங்கள் குழந்தைகளைத் தேய்த்துக் குளிப்பாட்டுவதில்லை.”

“புதுமணப்பெண்ணை நீராட்ட ஆற்றுக்குத் தண்ணீர் எடுக்கப்போகும் பெண்களின் பாட்டுச்சத்தம் இப்போதெல்லாம் கேட்பதில்லை,” என்றாள் கோமதி. அவளது குரலில் கடும் துயரம் தோய்ந்திருந்தது.

இப்போது ஐந்து பெண்களும் ஒரே குரலில் கேட்டார்கள்,

“நாங்கள் எங்கேதான் செல்ல முடியும்?”

“என்னோடு கூடவே இருந்து விடுங்கள்,” என்றாள் உத்தரை.

“இவையெல்லாம் நிசப்தம் நிலவும் சிறைக்கூடங்கள்.”

“நிசப்தம்...?”

“ஆம்... பூஜைகள், சடங்குகள், அவற்றில் செய்யும் நிவேதனங்கள், யாகங்கள் என்று இங்கே எல்லாமே பெண்கள் வசிக்கும் அந்தப்புரங்களுக்கு வெளியில்தானே நிகழ்கின்றன? ஆனால்... அங்கே... எங்கள் உலகம் ஆரவாரங்களால்... வேலை மும்முரங்களால் நிரம்பி வழியும். இங்கோ வெள்ளுடை அணிந்த விதவைகள் நிழலுருக்களைப் போல சஞ்சரித்துக் கொண்டிருக்கிறார்கள். எப்போதாவது நீங்கள் சிரித்ததுண்டா, உரத்துப் பேசியதுண்டா, வெறுங்காலோடு வீட்டுக்கு வெளியே ஓடியதுண்டா என்று நாங்கள் ஆச்சரியப்படுகிறோம்.”

“அது அப்படியில்லை,” என்று சொல்லிக்கொண்டே உள்ளே நுழைந்தாள் சுபத்திரை.

“அரச தர்மத்தின்படி அரசி குந்தியின் முன்மாதிரியைத்தான் விதவைகள் பின்பற்றியாக வேண்டும். நாம் வாழும் இக உலகமாகிய இந்த உலகில் மகிழ்ச்சியாக வாழும் உரிமை விதவைகளுக்கு இல்லை. நீங்கள் இனிமேல் இங்கே இருக்க வேண்டாம், போய் விடுங்கள்.”

“வேண்டாம் அம்மா. என்னைச் சுற்றி அவர்கள் இருப்பதால் தான் நான் கொஞ்சமாவது...” என்று கத்திவிட்டாள் உத்தரை. தான் அப்படிக் கத்தி விட்டது பிறகு அவளுக்கே ஆச்சரியமாகப் போய்விட்டது.

அவளுக்கு அழுகை குமுறிக்கொண்டு வந்தது.

"அவர்களால்தான் நான் ஓரளவுக்காவது உயிரோடு இருப்பதாய் உணர்கிறேன்."

சுபத்திரை அவளை இறுகத் தழுவிக்கொண்டு அவள் தலையை இதமாகக் கோதிவிட்டு அமைதிப்படுத்தினாள்.

"அம்மா... நீங்கள் சொல்லுங்கள், மத்ரஜா இப்படியெல்லாம் ஆணையிட்டு அதிகாரம் செய்யக்கூடாது."

"விடு, அவள் அப்படிச் செய்ய மாட்டாள்... உஷ்... இதோ பார் கண்ணே. உன் வயிற்றில் இப்போது ஒரு குழந்தை இருப்பது நினைவிருக்கட்டும்."

"இங்கே நிலவும் நிசப்தம் எனக்கு மூச்சு முட்டுகிறது."

"கொஞ்சம் அமைதிப்படுத்திக்கொள் மகளே."

இதயம் வெடிக்க அழுது தீர்த்தபின் படிப்படியாகச் சமநிலைக்கு வந்து சேர்ந்தாள் உத்தரை. சுபத்திரையின் மனமோ அலைபாய்ந்து கொண்டிருந்தது. அவள் யாரைக் கேட்பது? என்னவென்று கேட்பது? ஆழ்ந்த வருத்தத்தோடு கெஞ்சும் தொனியில் அந்தப் பெண்களை அழைத்தாள் அவள்.

"சொல்லுங்கள் அரசி!"

அப்போது வாசுதேவ கிருஷ்ணனின் பிரியத்துக்குரிய சகோதரி சுபத்திரையாக அவள் இல்லை. மற்ற எல்லோரையும் போல... அக்கறையுள்ள ஒரு தாயாக மட்டுமே அவள் பேசினாள்.

"நாங்கள் சீக்கிரமே போய்விடுவோம் அரசி. இன்னும் கூட முன்னதாகவே இங்கிருந்து கிளம்பியிருப்போம். ஆனால் குருட்சேத்திரப் போர்க்களத்தைக் கடந்து செல்வது இன்னும் கூடக் கடினமான செயலாகத்தான் இருக்கிறது. எத்தனையோ நாட்கள்... கணக்கிலடங்காத சிதைகள் எரிந்து கொண்டே இருந்ததால் பூமி இறுகிப்போய்ப் பாறைபோல் கடினமாகிக் கொதித்துக் கொண்டிருக்கிறது. எங்கள் பாதங்களெல்லாம் புண்ணாய்ப் போய்விடும். அனல் கக்கும் அந்த மண்ணில் எங்களால் அவ்வளவு தூரம் எப்படி நடந்து செல்ல முடியும்."

"இவர்களைப் போலவே இன்னும் சிலரும் கூடக் கிளம்பிப் போகாமல் நகருக்கு வெளியேதான் இருந்து கொண்டிருக்கிறார்கள்," என்றாள் மத்ரஜா.

"சரி, என் மருமகளை வருத்தப்பட மட்டும் வைத்து விடாதீர்கள்."

இந்த வார்த்தைகளைச் சொல்ல நேர்ந்தபோது சராசரியான எல்லாப் பெண்களையும் போல சுபத்திரையின் இதயமும் வெடித்துவிடும் போலிருந்தது.

அந்த ஐந்து பெண்களும் தங்களுக்குள் பார்வைகளைப் பரிமாறிக் கொண்டார்கள். அவள் சொன்னதற்குச் சம்மதம் தெரிவிப்பது போலத் தலையை அசைத்துப் பெருமூச்சு விட்டு வேறுபக்கம் திரும்பிக்கொண்டார்கள்.

"நான் இவளுடனே இருக்கிறேன்" என்றாள் சுபத்திரை.

அவர்கள் ஐவரும் ஒரேமாதிரி யோசித்தார்கள்; வார்த்தைகள் ஏதும் இல்லாமல், ஒருவரோடொருவர் பேசிக்கொள்ளாமல் தங்கள் கண்களைக் கொண்டே ஒருவரை ஒருவர் புரிந்து கொள்ளும் அளவுக்கு அத்தனை நெருக்கமாக இருந்தார்கள். இப்போதும் தங்களுக்குள் பார்த்துக்கொண்டபடி எல்லா வற்றையும் புரிந்து கொண்டார்கள்.

"இப்போது பரவாயில்லையா...? நன்றாய் இருக்கிறாய்தானே," என்று உத்தரையிடம் அவர்கள் கேட்க,

"ஆமாம்" என்று பதிலளித்தாள் அவள்.

"இதோ பார், அம்மாவும் குழந்தையுமாய் இருக்கும் இந்தப் பொம்மைகளை, இவைதான் எத்தனை அழகு என்று பாரேன்! விதாஸ்தாதான் செய்தாள்."

"மண்பாண்டம் செய்பவர்கள் எங்கே இருக்கிறார்களென்று எனக்குத் தெரிந்திருந்தால் இவற்றைச் சூளையில் வைத்துச் சுட்டு வந்திருப்பேன். சுட்ட களிமண்ணில் வண்ணங்கள் இன்னும் கூட அழகாக இருக்கும்!"

"உங்கள் வீடுகளிலும் கூட இந்த மாதிரி பொம்மைகளை யெல்லாம் நீங்கள் செய்வதுண்டா?"

"ஆமாம், எங்கள் குழந்தைகளுக்கு அவைகளைத்தான் விளையாடத் தருவோம்."

"அவர்களுக்கு மிகவும் சந்தோஷமாக இருக்கும்!" இதைச் சொல்லும்போது உத்தரையின் விழிகள் கள்ளங்கபடமற்ற குழந்தையுடையது போலிருந்தன.

"உன் குழந்தையும் இவற்றோடு சந்தோஷமாக விளையாடப் போகிறது உத்தரை," என்றாள் விதாஸ்தா.

"ஆனால்... நீங்கள்...? உங்களுக்கெல்லாம்...?"

அந்த ஐந்து பெண்களும் இல்லையென்று தலையசைத்தார்கள்.

அது ஒரு வித்தியாசமான கதை. அவர்கள் எல்லோருக்குமே ஒரே நாளில்தான் திருமணம் நடந்தது. மணமகன் வீட்டுக்குள் அப்போதுதான் அவர்கள் அடியெடுத்து வைத்திருந்தார்கள். இளைஞர்கள் எல்லோரும் போருக்கு வந்தாக வேண்டும் என்ற முழக்கம் உடனேயே ஒலிக்கத் தொடங்கிவிட்டது. போருக்கான ஆயத்தங்கள் தொடங்கிவிட்டன.

யமுனா மிகவும் அமைதியானவள்; ஒரு சில வார்த்தைகள் மட்டுமே பேசுபவள்.

"எங்கள் கணவர்கள் முதலில் சென்று விட்டார்கள். தொடர்ந்து நாங்கள் அங்கேதான் இருந்தோம்" என்றாள் அவள்.

"கிராமத்தில் இருந்தால் என்ன செய்து கொண்டிருப்பீர்கள்?"

"குடிசையையும் அதைச் சுற்றியுள்ள இடங்களையும் சுத்தம் செய்வோம்; விறகு சேகரித்துக்கொண்டு வருவோம்; ஆற்றிலிருந்து நீர் சுமந்து வருவோம்."

"அப்படிப்பட்ட வாழ்க்கையைப்பற்றி எனக்கு ஒன்றுமே தெரியாது."

"அது உங்களுக்கு எப்படித் தெரிந்திருக்க முடியும் இளவரசி?"

"வேலை செய்யும்போது நீங்கள் பாட்டுப் பாடுவீர்களா?"

"ஆமாம் என் செல்லப்பெண்ணே."

"நான் எந்தக் கிராமத்தையும் பார்த்ததில்லை. ஆனால் ஊர் ஊராகப்போகும் பாடகர்கள், நாட்டியமாடுபவர்கள், பொம்மலாட்டக் கலைஞர்கள் என்று இவர்களெல்லாம்

அடிக்கடி வருவார்கள். அவர்கள் பாடுவதும் ஆடுவதும் எனக்கு மிகவும் பிடிக்கும், ஆனால் அதெல்லாம் என் கல்யாணத்துக்கு முன்னால்.."

அந்தப் பெண்கள் தங்களுக்குள் பார்வைப் பரிமாற்றம் செய்து கொண்டார்கள்.

"அந்தச் சமயத்தில் உன்னை வளர்த்த உன் செவிலி, உனக்கு என்ன கதைகளெல்லாம் சொன்னாள்? அதெல்லாம் நினைவிருக்கிறதா?"

"எல்லாக் கதைகளும் ஞாபகமில்லை. ஒரு சில மட்டும் எப்போதாவது நினைவுக்கு வரும். உங்கள் வாழ்க்கையைப்பற்றி நீங்கள் சொன்னதெல்லாம் எனக்குக் கொஞ்சமும் பரிச்சய மில்லாததாக இருந்தது. எனக்குத் தெரிந்தது மிகவும் குறைவுதான்."

"எங்கள் ஜனங்களைப் பற்றிக் கேட்க ஆசையா உனக்கு?"

"அவர்கள் என்ன செய்வார்கள்?"

அவளது கேள்வியைக் கேட்டதுமே அந்தப் பெண்கள் வியப்போடு கையை ஆட்டிக்கொண்டு பேச ஆரம்பித்தார்கள்.

"வேலை செய்யும்போதெல்லாம் அவர்கள் கதையும் பாட்டுமாகத்தான் இருப்பார்கள், அவை எவ்வளவு அதிசயமான மாயாஜாலக்கதைகள் தெரியுமா, மாமியாரும் கூடவே பால் கறப்பாள். தயிர் கடைந்து வெண்ணெய், நெய், மோர் எல்லாம் உண்டாக்குவார்கள், தங்கள் மருமகள்களுக்கு எண்ணெய் வைத்துத் தலைசீவிப் பின்னிவிடுவார்கள், பேரக் குழந்தைகளுக்குக் கதை சொல்லுவார்கள்."

"நீங்கள் நகரத்துக்கே வந்தில்லையா?"

"இல்லை தங்கப்பெண்ணே, எங்களுக்கு நகரத்தைத் தெரியாது. அதற்கும் எங்களைத் தெரியாது. இனிமேல் இங்கே எவருமே வர மாட்டார்கள்."

"ஏன்?"

"நடந்து முடிந்திருப்பது எப்படிப்பட்ட காட்டுமிராண்டித் தனமான போர்? எவ்வளவு பேரழிவுகள், சேதங்கள்? இதற்குப் பிறகு இங்கே... இந்த நகரத்துக்கு யார் வருவார்கள்... நீயே சொல்லேன். எத்தனை கொடூரமான போர் இது?

குடும்பத்திலுள்ள எல்லோருமே...! இது ஒரு கொடிய பாவம் இல்லையா?"

"ஆனால் இது ஒரு தர்மயுத்தம், நியாயத்துக்கான போர்!"

"தர்மயுத்தம்..!!"

"நூற்றுக்கணக்கில் விதவைகள், பல வீடுகளில் பிள்ளைகளை இழந்த தாய்மார்கள்...!" என்று கௌதமி ஆழ்ந்த வருத்தத்தோடு சொன்னாள்...

"ஆமாம் முதிய அரசியான காந்தாரியும் கூடத் தன் நூறு மகன்களை இழந்துவிட்டாள். என் மாமியார்களும் கூடத் தங்கள்..."

சட்டென்று அவள் பேச்சில் குறுக்கிட்ட கௌதமி "இரு இரு... கொஞ்சம் எல்லோரும் கேளுங்கள். இது சாதகப்பறவையின் குரல்தானே?"

அவர்கள் அனைவரும் உன்னிப்பாய்க் கவனித்தார்கள். உத்தரைக்கு அது ஒரு பறவையின் சத்தம் என்று மட்டுமே தெரிந்தது. ஆனால் அது என்ன பறவையோ... அது யாருக்குத் தெரியும்? வெகு தொலைவிலிருந்து மிகவும் மெல்லிதாக அந்தச் சத்தம் கேட்டது.

"ஆமாம், சாதகப்பட்சியேதான்!"

"அது கத்தினால் என்ன அர்த்தம்?"

மிகவும் தொலைவிலிருந்து குரல் கொடுக்கும். கண்ணுக்குப் புலப்படாத அந்தப் பறவையிடம் தானும் பறந்து சென்று விட்டவள் போலிருந்தாள் கௌதமி. கனவு காண்பது போலக் காணப்பட்ட அவள்,

"அது மழை நீரை மட்டுமே பருகும். எங்காவது மேகத்தைப் பார்த்திருக்கும், அதுதான் இப்படிக் குரல் எழுப்புகிறது," என்றாள்.

"அதன் பிறகு என்ன ஆகும்?"

"அதன் பின்பு மழை பெய்யும்."

"மழை பெய்தபின்?"

"மண் குளிர்ந்து விடும்."

“குருட்சேத்திர பூமி ஆறிப்போய்க் குளிர்ச்சியடையும். அங்கே வீசும் வெம்மையான அலைகள் அடங்கும். ஒருவேளை... ஆமாம் ஒருவேளை மட்டும்தான் ஏதோ ஒருநாள் அங்கே மீண்டும் பசும்புல் தழைக்கும்.”

மிகப் பெரும் இடி முழக்கத்தோடு மழை பொழிந்தது; அவசர அவசரமாக வெறித்தனமாகப் பெய்து தீர்த்தது. அந்தப்புரத் தோட்டத்திலிருக்கும் மரங்களெல்லாம் மழையில் நன்றாகக் குளித்திருந்தன.

“இவ்வளவு பெரிய போர் நடந்து முடிந்தபிறகு கட்டாயம் மழை பெய்யும் என்று அறிஞர்கள் முன்பே சொல்லி வைத்திருக்கிறார்கள்.”

தொடர்ந்து சில நாட்கள் மழை கொட்டித் தீர்த்தது. வறண்டு காய்ந்து சூடேறிக் கிடந்த பூமியின் தாகத்தைத் தணித்த பிறகு மேகங்கள் கிழக்குத் திசை நோக்கிக் கம்பீரமாய், மெதுவாய் நகர்ந்து செல்ல ஆரம்பித்தன.

“காடுகள் வழியில் வந்தால் அப்போது அவை மழையைக் கொடுத்துவிட்டுப் போகும்,” என்று யமுனா முணுமுணுத்தாள்.

“மழையைச் சூல் கொண்டிருக்கும் மேகங்களைப் பார்! அவை கிழக்குப் பக்கமாக அரசி சித்ராங்கதாவின் நாட்டை நோக்கிப் போய்க் கொண்டிருக்கின்றன. பருவமழை தவறப் போவதில்லை என்பதற்கு உறுதியான அறிகுறி இது.”

மழை பெய்து ஓய்ந்த பிறகு ஐந்து பெண்களும் உத்தரையிடம் வந்தார்கள்.

“இளவரசி! பூமி குளிர்ந்து விட்டது. நாங்கள் விடைபெறும் நேரமும் வந்து விட்டது.”

“நீங்கள் என்ன சொல்கிறீர்கள்?”

சுபத்திரையை அழைத்துவர விரைந்தாள் மத்ரஜா. அவள் துரௌபதிக்குச் சொல்லி அனுப்பினாள். அந்தப்புரம் முழுவதும் அந்தச் செய்தி பரவிவிட, அரசியர் ஒவ்வொருவராய் அங்கே வந்து சேர்ந்தார்கள்.

சுபத்திரையின் புடவைத் தலைப்பைப் பிடித்தபடி, “அவர்கள் போகப் போகிறார்களாம்” என்றாள் உத்தரை.

"நீங்கள் விடைபெற்றுக்கொள்ளப் போகிறீர்களா என்ன?"

"ஆமாம் அரசி, இப்போது மண்ணின் சூடு தணிந்து குளிர்ச்சியாகி விட்டது. இனிமேல் அந்த இடத்தைக் கடந்து செல்ல எங்களால் முடியும்."

"ஆனால்... நீங்கள் ஏன் போக வேண்டும்," என்று கேட்டாள் உத்தரை.

"நாங்கள் திருமணம் செய்து கொள்ள வேண்டும்" என்று பதிலளித்தாள் கௌதமி.

"திருமணமா...? ஆனால் நீங்களெல்லாம்..."

"எங்கள் கணவர்கள் காலாட்படை வீரர்கள். ஒவ்வொரு நாள் மாலையும் அவர்களது உடல்களைத் தேடித் தேடி நாங்கள் அலைவோம். இறுதியில் பதினெட்டு நாட்கள் கழித்து எல்லாக் காலாட்படை வீரர்களையும் ஒன்றாகத் தீயிலிட்டுச் சிதை மூட்ட ஏற்பாடு செய்தார் மகாத்மா விதுரர். எத்தனை எத்தனை சிதைகள் மூண்டு எரிந்து கொண்டிருந்தன? பூமியே சூடான பாறை போல வெம்மையேறி இறுகிப்போய்க் கொதித்துக் கொண்டிருந்தது."

"அதற்காகத்தான் இங்கே வந்தீர்களா"

"வெம்மை கக்கும் அந்த நிலப்பரப்பை எங்களால் தாண்டிச்செல்ல முடியவில்லை. நகரத்தின் வெளிப்பகுதிகள் முழுவதும் எங்களைப் போன்ற பெண்களே நிறைந்திருந்தார்கள். அறிமுகமான ஏதாவது சில முகங்களை நாங்கள் தேடிக் கொண்டிருந்தோம், அப்போதுதான் மத்ரஜா எங்களை இங்கே அழைத்து வந்தாள்."

"இப்போது ஏன் திரும்பிப் போகிறீர்கள்?"

அந்த ஐந்து பெண்களும் கரம் கூப்பி வணங்கினார்கள்.

"நாங்கள் விதவையாகி விட்டால் கணவனின் சகோதரனைத் திருமணம் செய்து கொண்டாக வேண்டும். அதுவே சாமானிய மக்களாகிய எங்களது வழக்கம்."

"அங்கே இளைஞர்கள் இன்னும் கூட எஞ்சியிருக்கிறார்களா?"

"அது பற்றி எங்களுக்குத் தெரியாது. ஆனால் இப்போது மழை பெய்திருப்பதால் உழவு செய்யப்படாமல் இருக்கும் எங்கள் வயல்களையும் கவனிப்பாரற்றுக் கிடக்கும் எங்கள்

கிராமங்களையும் பார்க்க நாங்கள் கட்டாயம் போயாக வேண்டும்."

"முட்டாள் பெண்களே..! உங்களைப் போய் யார் கல்யாணம் செய்து கொள்வார்கள்?"

"அதெல்லாம் எங்களுக்குத் தெரியாது அரசி சுபத்திரா, ஆனால்... யாராவது ஒருவர் எங்களை மணம் செய்து கொள்ளலாம். நாங்கள் பூமித் தாயை வணங்குபவர்கள். நாசகரமான ஒரு பெரிய சீரழிவுக்குப் பிறகு, சூரியன் கட்டாயம் உதிக்கத்தான் செய்யும். கொடூரமான இந்தப் போருக்குப் பிறகும் கூட இயற்கை ஒன்றும் அப்படியே ஸ்தம்பித்து நின்றுவிடப் போவதில்லை."

துரௌபதி நீண்ட பெருமூச்சு விட்டாள். நிசப்தம் நிலவிய அந்த அறைக்குள் அது துல்லியமாகக் கேட்டது. எல்லோரின் கண்களும் அந்த ஐந்து பெண்களை மட்டுமே வியப்போடு நோக்கியபடி இருந்தன.

இதுவரை அந்த அரசிகள் யாரையாவது அப்படிப் பார்த்திருக்கிறார்களா? ஏதோ வேலை பார்ப்பவர்கள்... நடமாடுகிறார்கள் என்று நினைத்திருக்கிறார்களே தவிர அவர்களை அதிகம் பொருட்படுத்தியிருக்கிறார்களா என்ன? ஆனால் இப்போதோ அவர்களது இருப்பு திடீரென்று எல்லோராலும் உணரப்பட்ட ஒன்றாகி விட்டது; அனைவரின் கவனத்தையும் கவர்வதாகவும் கூட!

அவர்கள் அடர்த்தியும் கருமையுமான தங்கள் கூந்தலை நன்றாகச் சீவிப் பின்னல் போட்டுப் பின்புறமாகத் தொங்க விட்டிருந்தார்கள். முதுகுப்பகுதியில் முடிச்சுப்போட்ட கறுப்பு நிறக் கச்சைகளால் மார்பை மறைத்திருந்த அவர்கள், கறுப்புத் துணியால் தங்கள் தலையையும் உடலையும் சுற்றியிருந்தார்கள். கழுத்து, தோள்பட்டை, கைகள், விரல்கள், கால்கள் என்று அவர்களது அங்கங்கள் அனைத்துமே அவர்கள் கடும் உழைப்பாளிகள் என்பதைக் காட்டிக்கொண்டிருந்தன.

"நாங்கள் போகவில்லையென்றால் வயல்கள் தரிசாய்ப் போகும்; கால்நடைகள் பராமரிப்பின்றி கவனிப்பாரற்றுப் போகும். நாங்கள் அங்கே திரும்பிப் போன பிறகு எல்லோருமாய்க் கூடி இறந்தவர்களுக்குச் செய்தாக வேண்டிய முக்கியமான சடங்குகளைச் செய்வோம். பிறகு குடும்பத்து மூத்தவர்கள்

எங்களுக்குத் திருமண ஏற்பாடு செய்வார்கள். எங்களுக்குக் கணவர்கள் வேண்டும், குழந்தைகள் வேண்டும், கிராமத்தில் எப்போதும் பேச்சும் சிரிப்பும் கேட்க வேண்டும். நாங்கள் புதிதாக ஒரு வாழ்க்கையை உருவாக்கிக் கொள்வோம். இயற்கை எங்களுக்குக் கற்றுக்கொடுத்திருக்கும் பாடம் அதுதான்.."

"ஆனால்..."

"வாழ்க்கைக்குத் தேவைப்படுவது அதுதான் அரசி சுபத்திரா! உயிரோடு இருக்கும்வரை நிறைவைக் கோருவதே வாழ்க்கை. எங்கள் குலத்தைச் சேர்ந்த விதவைகள் மறுமணம் செய்து கொண்டபிறகும் குடும்பத்தினரால் மதிக்கப்படுகிறார்கள், தங்கள் கணவன்மாரோடு சேர்ந்து வயலை உழுது பாதுகாப்பாய்க் கொண்டுபோய்ச் சேர்ப்பதுவரை எல்லாம் செய்கிறார்கள். நிசப்தம் போர்த்திய நிழல் உருவங்களாக வாழ்ந்தபடி வாழ்வின் தேவைகளை அவர்கள் மறுதலிப்பதில்லை. முன்பு எங்கள் கணவர்கள் உயிரோடு இருந்தார்கள், இப்போது அவர்கள் இல்லை, அவ்வளவுதான். அழுவதால் மட்டும் அவர்கள் மீண்டு வந்து விடப்போவதில்லை. அரசர்கள் நிகழ்த்திய யுத்தத்தில் போரிட்டு மடிந்திருக்கும் அவர்களுக்குச் சுவர்க்கலோகமும் இல்லை. அவையெல்லாம் அரசகுலத்தவர்களுக்கு மட்டுமே யானவை."

"தர்மயுத்தத்தில் உயிர் துறப்பவர்களெல்லாம் வானுலகத்துக்குச் சென்று விடுவார்கள் பெண்களே."

"அது எங்களைப் பொறுத்தவரை தர்மயுத்தம் இல்லை. சகோதரர்கள் ஒருவரை ஒருவர் கொல்வது, மாமன் மருமகனைக் கொல்வது, சிஷ்யன் குருவைக் கொல்வது... இவையெல்லாம் தர்மயுத்தத்தைப் பற்றிய உங்கள் கண்ணோட்டமாக இருக்கலாம், ஆனால் அந்த யுத்தம் எங்களுடையது இல்லை."

இலைதழைகளால் தாங்கள் பின்னியிருந்த கூடை நிறைய களிமண் பொம்மைகளை எடுத்து வந்து உத்தரையின் காலடியில் வைத்தாள் விதாஸ்தா.

"அழாதே கண்ணே...! உன் குழந்தை இவற்றோடு விளையாடட்டும். என்றாவது ஒருநாள் நீ எங்கேயாவது வெளியே போக நேரும்போது நன்றாக விளைந்திருக்கும் வயல்களின் மீது பறவைகள் கூட்டமாய்ச் செல்வதையோ, கிராமத்துச் சமையலறை நெருப்பிலிருந்து மேலே புகையெழும்பி

வருவதையோ பார்க்க நேர்ந்தால், கூட்டமாக உரத்துப்பாடும் சத்தத்தைக் கேட்க நேர்ந்தால் அதுதான் எங்கள் தாய்மண்ணாக இருக்கும் என்று நினைத்துக்கொள்."

அவர்கள் அரசிகளை வணங்கினார்கள். பட்டத்து அரசி துரௌபதி முன்னால் வந்து ஆசீர்வதிப்பதைப்போல் அவர்களது தலையைத் தொட்டாள்.

"சரி... சென்று வாருங்கள், உங்களை எது முழுமைப்படுத்துமோ அதை நோக்கிச் செல்லுங்கள்," என்றவள்,

"உத்தரையின் குழந்தையைப் பார்க்க வருவீர்கள்தானே?" என்று கேட்டாள்.

"கட்டாயம் வருவோம். இங்கே தோட்டத்தில் உட்கார்ந்து குழந்தைக்குப் பாட்டுக்கள் பாடுவோம்." அவர்கள் கிளம்பத் தயாரானார்கள்.

"உங்களுக்கு மனநிம்மதி கிடைக்கட்டும், நிறைவான வாழ்க்கையை நீங்கள் கண்டடையுங்கள், அன்றாட உலகியல் வாழ்க்கைக்கு மீளுவது உங்களுக்கு வாய்க்கட்டும்," என்றாள் துரௌபதி.

ஐந்து பெண்களும் அங்கிருந்து வெளியே சென்றார்கள்.

உத்தரையைத் திரும்பிப் பார்த்த கௌதமி, "உன் குளியலுக்குத் தண்ணீர் தயாராக இருக்கிறது கண்ணே," என்றாள்.

உத்தரை, பொம்மைகள் இருந்த கூடையைத் தூக்கிக் கொண்டாள்.

'நீங்கள் எல்லோரும் ஆனந்தமாக இருக்க வேண்டும்,' என்று தனக்குள் நினைத்துக்கொண்டாள் அவள்.

◯

● வங்காளம்

செளவாலி

மஹாஸ்வேதா தேவி

விளிம்பு நிலையிலிருக்கும் மனிதர்கள், நகரத்தின் வெளியே ஒதுக்குப்புறமாக வாழ்ந்து வந்தார்கள். அந்த இடம் உயிரோட்டமுள்ள இரைச்சல் மிகுந்த பகுதி. குறுகிய சந்துகள், சின்னச் சின்ன வீடுகள். மரங்கள் சூழ்ந்தபடி அங்கும் இங்குமாய்ச் சிறு சிறு குளம் குட்டைகள். குடிசைகளுக்குப் பின்னால் மாட்டுத் தொழுவங்கள். சற்றுப் பெரிதாக இருந்த ஒரு குடிசையின் வாசற்படியில் உட்கார்ந்திருந்தாள் செளவாலி. வயதாகியிருந்தாலும் அவள் இன்னும் தளர்ந்து போயிருக்கவில்லை. இளம் பழுப்பு நிறத்தில் இருந்த அவள், ஆங்காங்கே நரையோடியிருந்த தன் கூந்தலை நீளமாகப் பின்னித் தொங்கவிட்டிருந்தாள். கறுப்பு வண்ண ரவிக்கை. பச்சை நிறத்தில் 'காக்ரா' பாவாடை. தோளின் ஒருபுறம் தொங்கிய மஞ்சள் வண்ணத் துப்பட்டாவால் தன் மார்பை மூடி அதன் நுனியை இடுப்பில் இறுகச் செருகியிருந்தாள்.

"என்ன மாஷி இது? இன்னுமா காத்திருக்கிறீர்கள்?" என்றாள் பக்கத்து வீட்டுப்பெண்.

"அவன் இன்னும் வரவில்லை."

"அப்படியென்றால், செளவால்யா இங்கே வருகிறானா என்ன?"

"அப்படித்தான் சொல்லியிருக்கிறான்."

"இதற்கு முன்னாலும் கூட இங்கே வந்திருக்கிறானல்லவா?"

"சமயம் கிடைக்கும்போதெல்லாம் அவன் இங்கே வந்து கொண்டுதான் இருக்கிறான். இன்று கொஞ்சம் அதிக நேரம்

உட்கார்ந்திருந்தான். ஆனால் ஒரு வார்த்தை கூடப் பேசவே இல்லை... இறுதியில்..., சரி, அது இருக்கட்டும், நீ போய் உன் வேலையைப் பார்."

"அஹானா திரும்பி வந்து விட்டாளா?"

"ஹ்ம்... அஹானா மட்டுமா..! அவளுடைய அம்மாவும் கூடத்தான் அங்கே போவதற்குத் துடித்தாள். அஹானா, வருண்யா யாருமே இன்னும் திரும்பி வரவில்லை. அவர்களெல்லாம் இறந்தவர்களுக்குச் செய்யப்படும் ஈமச்சடங்கை... அந்த மஹா தர்ப்பணத்தைப் பார்ப்பதற்காகப் போயிருக்கிறார்கள்."

"சரி... நான் போகிறேன் அம்மா. இனிமேல்தான் தண்ணீர் எடுத்து வர வேண்டும்."

"நீ போய்க்கொள் அம்மா."

செளவால்யா முற்றத்தில் ஏறி வந்தான். சூரியன் மறையத் தொடங்கியிருந்தாலும் இன்னும் இருட்டு வந்திருக்கவில்லை. ஆஷாட மாதம் என்று சொல்லப்படும் ஆடிமாதத்தின் மாலைப் பொழுதுகள் நீளமானவை.

"அம்மா" என்றழைத்தான் செளவால்யா.

"வா மகனே. கொஞ்சம் அப்படியே இரு. உன் கால்களைக் கழுவிக்கொள்ளத் தண்ணீர் ஊற்றுகிறேன்."

"வேண்டாம் அம்மா. நான் குளித்து விட்டேன்."

"ஆமாம்... நீ கட்டாயம் குளியலை முடித்திருக்க வேண்டும். சரி, வா, உள்ளே வந்து காய்ந்த உடைகளை அணிந்து கொண்டு சற்று நேரம் ஓய்வெடுத்துக்கொள்."

"இரவு இங்கேயே தங்கிவிடவா?"

"அதுதான் நல்லது மகனே, உள்ளே வா."

நல்ல விசாலமான குடிசை. ஜன்னல் வழியே வேம்பின் மணத்தைச் சுமந்து வரும் தென்றல் காற்று. வீட்டுக்குப் பின்னால் நிறைய வேப்ப மரங்களை வைத்து வளர்த்திருந்தாள் செளவாலி. அவற்றோடு மா, நாவல் என்று வேறு சில பழ மரங்களையும் கூட. உறுதியான பச்சைப்பசேலென்ற அந்த மரங்கள் போர்வீரர்களைப் போல அந்தக் குடிசையைக் காவல் காத்துக்கொண்டிருந்தன.

சௌவால்யா அங்கிருந்த மரத்தாலான இருக்கையில் அமர்ந்து கொண்டான். சற்று உயரம் கூடுதலுள்ள இத்தகைய மரத்தாலான இருக்கைகளை நாடோடிகளாய்ச் செல்லும் வியாபாரிகளிடமிருந்து வாங்கியிருந்தாள் சௌவாலி. இனிப்பான லட்டு உருண்டைகள், நெய்யில் சுட்ட சோள ரொட்டி, தேன் முதலியவற்றை எடுத்துக்கொண்டு வந்த அவள்,

"ஏதாவது கொஞ்சம் சாப்பிடு மகனே" என்றாள்.

"நீங்கள்.."

"நானும்தான்...! எனக்கென்ன வந்தது? நான் ஏன் சாப்பிடாமல் இருக்க வேண்டும்."

"நான் தர்ப்பணம் செய்துவிட்டு வந்திருக்கிறேன்... நீங்கள்..."

சௌவாலி புன்னகையோடு பேசினாள்.

"நீ மகன், உன் கடமையை நீ செய்திருக்கிறாய். முதல் உரிமையை இன்று அவர்கள் உனக்குக் கொடுத்தே ஆக வேண்டியிருந்தது. திருதராஷ்டிரரின் மகனான உன்னை அதைச் செய்யாமல் தடுத்திருந்தால் அவர்கள் தர்மத்துக்கு மாறானவர் களாக ஆகியிருப்பார்கள்."

சௌவால்யாவின் முடியும் நரைத்துக்கொண்டுதான் வந்தது. அவன் சௌவாலியின் மகன். இந்த வீட்டைப் பொறுத்தவரை அவன் யுயுத்சு இல்லை. சௌவால்யா! யுயுத்சு என்ற அந்தப் பெயரைக் கேட்டாலே அவனுடைய தாய்க்குச் சினம் குமுறிக்கொண்டு வந்துவிடும். அவன், யுயுத்சுதான்...! ஆனால் மகனுக்கு ஒரு பெயரை மட்டும் தந்துவிட்டால் போதுமா, அதோடு எல்லாப் பொறுப்பும் முடிந்து விட்டதா என்ன?

சௌவாலி தன்னிடம் முதலில் பேசியதற்குப் பதில் சொன்னான் சௌவால்யா.

"இல்லை அம்மா. யுதிஷ்டிரர் அதில் மிகவும் கவனமாக நடந்து கொண்டார்."

"ம்... பீமன்."

"அவனைப்பற்றிப் பேசுவதில் என்ன பயன் இருக்கிறது?"

"மகனே, குந்திக்கும் காந்தாரிக்கும் கூடவா நீ தர்ப்பணம் செய்தாய்?"

"இல்லை அம்மா. அதற்கு நான் முயற்சித்திருந்தாலும் என் நாக்கு ஒத்துழைத்திருக்காது."

சௌவால்யா பெருமூச்சு விட்டபடி பேசினான்.

"நான் சுதந்திரமாய் சுவாசிக்கக்கூடிய ஒரே இடம் இதுதான். ஆமாம்.., அஹானாவும் வருண்யாவும் இன்னும் திரும்பி வரவில்லையே. நீங்கள் மட்டும் தனியாக..."

"அப்படியெல்லாம் ஒன்றுமில்லை மகனே. பக்கத்தில் குடியிருக்கும் எல்லா ஜனங்களுமே நல்லவர்கள்தான். நான் ஒரு குரல் கொடுத்தால் போதும், அப்படியே ஓடிவந்து விடுவார்கள். பாண்டவர்களின் வெற்றிக்குப் பிறகு நாம்... சரி, போகட்டும்... இன்று நடந்ததெல்லாமே வெறும் கேலிக்கூத்துதான் இல்லையா? வெகு காலத்துக்கு முன்னால் அவர்களது வனவாசம், பிறகு, காட்டுத் தீயில் அவர்கள் இறந்ததாகச் சொல்லப்பட்ட செய்திகள், அப்புறம்... இத்தனை நாட்கள்... ஆமாம் இத்தனை நாட்களுக்குப் பிறகு 'மஹாதர்ப்பணம்' என்ற பெயரில் இப்படி ஒன்று! நீ வேண்டுமானால் பாரேன், யுதிஷ்டிரன் அவர்களது அஸ்தியைச் சேகரித்து ஆற்றில் விடப்போகிறான். அஹானாவும் வருண்யாவும் அதை வேடிக்கை பார்க்கத்தான் போயிருக்கிறார்கள்."

"நான் என் தந்தையின் பக்கத்தில் கூடப் போனதில்லை, அவரை அப்பா என்று ஒருபோதும் கூப்பிட்டதும் இல்லை. ஆனால், இன்று நான் அவருக்குத் தர்ப்பணம் செய்து விட்டு வந்திருக்கிறேன்."

"இல்லையென்றால் அவருடைய ஆன்மாவுக்கு முக்தியும் விடுதலையும் கிடைக்காதே? தாதிபுத்ரா! ஓர் அடிமையின் குழந்தை நீ...! ஆனால் இன்று இந்தத் தாதிபுத்திரன் வழியாகத்தான் அவருக்கு ஒரு மகன் கையிலிருந்து எள்ளும் தண்ணீரும் கிடைத்திருக்கிறது. ஹ்ம்... குந்தி... காந்தாரி! இத்தனை வருடங்களில் காந்தாரி ஒரு தடவை கூட உன்னை ஒரு கௌரவனாக நினைத்ததே இல்லையே. அவள் எப்படி நினைப்பாள்? அவளைப் பொறுத்தவரை நீ ஒரு தாதி புத்திரன்தான்."

சௌவால்யா லேசாகப் புன்னகைத்தான்.

“நான் என் தந்தைக்கு மட்டும்தான் தர்ப்பணம் செய்வேன் என்றும் குந்திக்கோ காந்தாரிக்கோ செய்ய மாட்டேன் என்றும் அவர்களிடம் சொல்லி விட்டேன்.”

“இதைக் கேட்கும்போது எனக்கு உண்மையிலேயே திருப்தியாக இருக்கிறதப்பா!”

“நான் அப்படிச் சொன்னதும் பாண்டவர்கள் ஒருவரை ஒருவர் பார்த்துக்கொண்டார்கள். கடைசியாக வறண்ட குரலில் யுதிஷ்டிரர் என்னை அழைத்தார். ‘திருதராஷ்டிரரின் மகனே! நீ மனசாட்சியுள்ள ஒரு மனிதன் என்பது எனக்குத் தெரியும். நீ ஒரு நல்ல தாய்க்குப் பிறந்தவன்’ என்றார்.”

“எனக்கு அவனை ஞாபகம் கூட இல்லை.”

“அம்மா! மூத்த பாண்டவரான அவர் எப்போதுமே மற்றவர்களிலிருந்து வேறுபட்டவர். ‘உனக்கு எது சரியென்று படுகிறதோ அதைச் செய்’ என்றார் அவர். நான்... நான் என் தந்தைக்கு மட்டுமே தர்ப்பணம் செய்து முடித்தேன். நான் மட்டும் அதைச் செய்யாமல் விட்டுவிட்டால், பிற இறுதிக் கடன்களையெல்லாம் அவர்களால் தொடங்கியிருக்கவே முடியாது. அதன் பிறகு நான் அங்கிருந்து வந்துவிட்டேன்.”

“நீ செய்தது சரிதான்...! ஆனால்... நீ அப்படிச் செய்யாமலே போனாலும்தான் என்ன? அதனால் என்ன வந்தது? எப்படியோ நீ உன் கடமையைச் செய்தாய்.”

“ஆனால்... நீங்கள்...”

“எனக்கு அப்படி எந்த ஒரு கடமையும் இல்லை மகனே. நான் ஒரு வைசிய குடும்பத்தில் பிறந்தவள். குழந்தைப்பருவம் முதலாகவே எங்களை அவர்களுக்குத் தாதிகளாக்கிக் கொண்டார்கள். காந்தாரி கருவுற்றிருந்தபோது நானும் உன்னைக் கருச் சுமந்திருந்தேன். நான் பட்ட துன்பங்களை யெல்லாம் நீ பிறந்த உடனேயே நான் மறந்து விட்டேன். ஆமாம்... விதுரனுக்கு மட்டும் ஏன் அப்படிப்பட்ட ஒரு தனி மதிப்பு மகனே...? அவனும் கூட உன்னைப்போல ஒரு தாதிபுத்திரன்தானே, பணிப்பெண்ணின் மகன்தானே?”

“அது எப்படியோ போகட்டும் அம்மா. என்னை நீங்கள் விட்டுவிட்டுப் போனீர்களே? அது ஏன் அம்மா? எதற்காக?”

“என்னோடு நீயும் உடனிருக்க அவர்கள் சம்மதித்தவரை நான் அங்கேதான் இருந்தேன். அரச நியதிகளின்படி ஆண்குழந்தைகள் அதிக காலம் தாயுடன் விடப்படுவதில்லை. அவர்களுக்குப் பாலூட்டும் தாய்மார்கள் உண்டு, பணிப்பெண் கள்தான் அவர்களை வளர்ப்பார்கள். நான் என் அன்பையும் அக்கறையையும் உன் மீது பொழிந்தபடி உன்னைப் பத்திரமாக என்னோடு வைத்துக் கொண்டிருந்தேன்.”

“அப்புறம் ஏனம்மா என்னை விட்டுச் சென்றீர்கள்.”

“உனக்கு ஐந்து வயது கூட நிரம்பாத நிலையில் அவர்கள் உன்னைக் குருகுலத்துக்கு உன் ஆசிரியர் இருக்கும் அந்த இடத்துக்கு அனுப்பி விட்டார்கள்... நான் அப்போது எப்படி அழுது கரைந்தேன் தெரியுமா சௌவால்யா? அரசிகளின் அந்தப்புரங்களில் வசிக்க பச்சைக் குழந்தைகளுக்குக்கூட அனுமதி இல்லை.”

“நானும் கூட அழுதேன் அம்மா, சுற்றுமுற்றும் உங்களைத் தேடிக்கொண்டே இருந்தேன். தாதிபுத்திரர்களுக்கென்று தனியாக வேறொரு குருகுலம் இருந்தது. அங்கேதான் நானும் முதலில் அனுப்பப்பட்டேன். படைக்கலப்பயிற்சி பெறுவதற்கான வயது வந்த பிறகு... ஏதோ ஒரு காரணத்துக்காக கௌரவர்கள் பயிற்சி பெற்றுவந்த அந்தக் குருகுலத்துக்கே என்னையும் மாற்றி விட்டார்கள்” என்று மென்மையாகச் சொன்னான் சௌவால்யா.

“என்ன சொல்கிறாய் சௌவால்யா? அப்படியென்றால் நீயும் ஆயுதப்பயிற்சி எடுத்துக்கொண்டாயா என்ன?”

“அவர்கள் எறியும் அம்புகளை வேறு யார் பொறுக்கிக் கொண்டு வருவார்கள்? அவர்கள் வீழ்த்தும் பறவைகளை எடுத்துக்கொண்டு வந்து தருவது யார்?”

சௌவாலி பேச்சைத் தொடர்ந்தாள்...

“நீயும் குருகுலம் சென்றபிறகு நான் காந்தாரியிடம் சென்றேன். அடிமை நிலையிலிருந்து என்னை விடுவிக்குமாறு அவளிடம் கேட்டுக்கொண்டேன். அவள் எந்தப் பதிலும் சொல்லவில்லை. அரண்மனைப் பணிப்பெண்களான எங்களுக்குத் தலைவியாக இருந்த த்ருவாவிடம் போய் நகரத்துக்கு வெளியே வாழ விரும்புவதாகச் சொன்னேன். என் மகன் என்னைத் தேடி வந்தால் என் இருப்பிடத்தை அவனிடம் தெரிவிக்குமாறும் கூறினேன்.”

"அப்புறம் வெளியே வந்துவிட்டீர்கள்... அப்படித்தானே?"

"வேறென்ன செய்வது? அப்போது அங்கே இருந்த தாதிப் பெண்களுக்கெல்லாம் இப்போது மிகவும் வயதாகி இருக்கும், ஆதரவற்ற நிலையிலேதான் அவர்கள் இருப்பார்கள். அரண்மனை அந்தப்புர மூலைகளில் இன்னும் கூட எங்காவது அவர்கள் படுத்துக் கிடக்கலாம். நான் வேறு எவருக்காகவும் காத்திருக்கவில்லை. உன் தந்தையிடம் கூட அது பற்றிச் சொல்லவில்லை. அவர் பலத்த கட்டுக்காவலுக்கிடையே – கழுகுக்கண்கொண்ட காந்தாரியின் கண்காணிப்பில் இருந்தார். அவரிடம் பேச வாய்ப்புக் கிடைத்திருந்தால் 'நீங்கள் என் இளமைப்பருவத்தைக் கவர்ந்து கொண்டீர்கள், என் மகனைப் பறித்துக்கொண்டீர்கள், உங்கள் சொந்த இரத்தமும் சதையுமான அவனை ஒருபோதும் நீங்கள் அவ்வாறு கருதியதில்லை, நீங்கள் உங்கள் துரியோதனனுடன் மட்டுமே இருந்து கொள்ளுங்கள், நான் போகிறேன்' என்று நேருக்கு நேராகச் சொல்லியிருப்பேன்."

"ஒரு தகப்பனின் அன்பு எப்படிப்பட்டதென்பதை ஒருபோதும் அறிந்திராதவன் நான்."

"அவருக்கு எல்லாமே துரியோதனன் மட்டும்தான். த்ருவாவிடம் சத்தமில்லாமல் எப்போதாவது ஒன்றிரண்டு முறை உன்னைப்பற்றிக் கேட்பார், அவ்வளவுதான். ஆனால்... சௌவால்யா, என் அன்பு மகனே, நான் உன்னைப்பற்றி நினைக்காமல் இருந்ததே இல்லை."

நகரத்துக்கு வெளியே இருந்த எல்லோருக்குமே சௌவாலி யாரென்று தெரியும். த்ருவாவின் சகோதரன் திவ்யா அந்தச் சமயத்தில் அவளுக்குப் பெரும் உதவியாக இருந்தான். கௌரவனின் தாய் என்பதால் சௌவாலிக்கு எந்தச் சிக்கலும் ஏற்படவில்லை. அவள் வசிப்பதற்கு ஏற்ற வகையில் உடனே ஒரு குடிசை அமைத்துத் தரப்பட்டது. அஹானா, வருண்யா ஆகியோரின் பாட்டி சௌவாலியின் பணிப்பெண்ணாக இருக்க வலிய முன்வந்தாள். 'நீ இதை மறுத்துவிட்டால் நான் எங்கே போவது' என்று அவள் வற்புறுத்திச் சொன்னபிறகு அதை ஏற்றுக்கொண்டு அவளுக்கும் ஒரு குடிசை அமைத்துத் தரப் பட்டது.

"உங்களை மீண்டும் கண்டுபிடிப்பேன் என்று நான் நினைக்கவே இல்லை," என்றான் சௌவால்யா.

"ஆனால்... நீதான் கண்டுபிடித்து விட்டாயே" என்றாள் அவள்.

அம்மா தன்னை மறந்து விட்டாளோ என்று ரகசியமான ஏதோ ஒரு சோகத்தை மனதுக்குள் வளர்த்துக்கொண்டு வந்திருந்தான் சௌவால்யா. ஆனால் குழந்தைப்பருவத்தில் தான் விளையாடிய பொம்மைகள், குட்டிக்குட்டி வளையல்கள், தங்கத்தாலான சீப்பு என்று எல்லாவற்றையும் இத்தனை வருடங்களாக அவள் பத்திரமாகப் பாதுகாத்து வைத்திருந்ததைப் பார்த்தபோது அவனால் அவளைத் திரும்பிப் பார்த்து அம்மா என்று அழைக்காமல் இருக்க முடியவில்லை.

சௌவாலி தொடர்ந்து பேசினாள்...

"திருமணம் செய்து கொள்ளச்சொல்லி எத்தனை பேர் என்னிடம் கேட்டார்கள் தெரியுமா. 'நீ மிகவும் அழகாக இருக்கிறாய், எங்களோடு வந்துவிடு, உன்னை நாங்கள் தக்ஷர்ணாவுக்கு அழைத்துச் செல்கிறோம்' என்று அங்குமிங்கும் போய் வந்து கொண்டிருக்கும் பல வியாபாரிகளும் என்னைக் கூப்பிட்டார்கள். ஆனால் தக்ஷர்ணா எத்தனை தொலைவில் இருக்கிறது? நான் அங்கே போய்விட்டால் அவ்வளவுதான்.., அதற்குப்பிறகு உன்னைப்பற்றிய செய்தி கிடைக்க வழியே இல்லாமல் போகும். அதனால்... நான் காத்திருந்தேன் மகனே. உன்னைப்பற்றி திவ்யா கொண்டுவரும் செய்திகளுக்காகக் காத்திருந்தேன். அஹானாவின் தாயும், அவளது இளைய மகளும் இங்கே என்னோடு இருந்தது, அலை பாய்ந்து கொண்டிருந்த என் மனதுக்குச் சற்று ஆறுதலாக இருந்தது. அதற்கப்புறம்... ம்... அதெல்லாம்தான் உனக்கே தெரியுமே."

"அவர்கள் உங்களோடு இருப்பதில் நானும் கொஞ்சம் நிம்மதியாக இருந்தேன்."

"ஆமாம்...நீ ஏன் இன்னும் ஈரத் துணிகளை மாற்றிக் காய்ந்த துணிகளை உடுத்திக்கொள்ளாமல் இருக்கிறாய்?"

"தேவையில்லை அம்மா. நான் போட்டிருப்பதே இப்போது காய்ந்து போய்விட்டது. வாருங்கள், நாம் இரண்டு பேரும் உட்கார்ந்து கொஞ்சநேரம் பேசிக்கொண்டிருப்போம்."

சௌவாலி வெளியே ஒரு விளக்கை எடுத்துக்கொண்டு வந்தாள்.

"அஹானாவும் மற்றவர்களும் திரும்பி வந்தபின் நேரே தூங்கப்போய் விடுவார்கள்" என்றாள்.

"இரவில் நீங்கள் மட்டும் தனியாகவா இருப்பீர்கள்? அது பாதுகாப்பானதுதானா?"

"இந்தக் குடிசைக்குள் ஒரு திருடன்கூட வரத் துணிவதில்லை. யாரும் என்னைத் தொடமாட்டார்கள். ஒரு போர்வீரனின் தாய் என்ற மதிப்போடு எல்லோரும் என்னை நடத்தி வருகிறார்கள்."

"போரில் நான் பாண்டவர்களின் பக்கம் நின்றதில் ஆச்சரியப்பட ஏதுமில்லை. கௌரவர்கள் எப்போதும் என்னைத் தாதிபுத்திரன் என்றுதான் அழைத்தார்கள்; அப்படியேதான் நடத்தவும் செய்தார்கள்."

சௌவாலி, மகனின் முன்நெற்றியை வருடித் தந்தாள்.

"யாருக்கு விருப்பமோ அவர்கள் தங்கள் பக்கம் சேர்ந்து கொள்ளலாம் என்றும், அவர்களைக் கௌரவத்தோடு நடத்துவதாகவும் யுதிஷ்டிரர் அறிவித்தபோது நான் எந்தத் தயக்கமும் இல்லாமல் அந்தப் பக்கம் தாண்டிப்போனேன்.. ஆனால்... யுயுத்சு சே, அந்தப் பெயரைக்கூட நான் எப்படி வெறுக்கிறேன் பாண்டவர்களின் பக்கம் போய்விட்டானாமே என்று அதற்குத்தான் ஊரில் எப்படிப்பட்ட ஏச்சு பேச்சுகள்! நான் அவர்களோடு சேரப்போவது தனக்குத் தெரியும் என்று துரியோதனன் வெறுப்போடு சொன்னான்.

அம்மா! அப்போது எந்தப் பக்கம் ஜெயிக்கும், எந்தப் பக்கம் தோற்கும் என்பது யாருக்குமே தெரியாதுதான். ஆனால் ஒருக்கால் போர் செய்யும்போது இறக்க நேர்ந்தால் நான் அமைதியாக இறக்க முடியும் என்பதை மட்டும் அப்போது அறிந்திருந்தேன். நான் ஏன் அவர்களோடு சேர்ந்து கொண்டேன் என்பதை உங்களால் புரிந்து கொள்ள முடிகிறதா அம்மா?"

ஒரு காலத்தில் எழிலோடு விளங்கிய சௌவாலியின் இதழ் வெறுப்பில் சுளித்துக்கொண்டது.

"வேறென்ன? இத்தனை ஆண்டுகள் தொடர்ச்சியாகப் புறக்கணிக்கப்பட்டே வந்திருப்பதும்... நீ சுமக்க நேர்ந்த அவமானங்களும்தான் அதற்குக் காரணம்" என்றாள் அவள்.

"ஆமாம் அம்மா. போரின்போது நான் தங்கள் தரப்பில் இருப்பதையோ, எதிரிகளின் பக்கம் போவதையோ கௌரவர்கள் ஒரு பொருட்டாகவே எடுத்துக்கொள்ளவில்லை. அது எத்தனை கேவலம்? ஆனால் நீங்கள் அதை எப்படி எடுத்துக்கொள்வீர்களோ என்பதுதான் என் கவலை."

"நான் நிம்மதியாகத்தான் இருந்தேன்."

"ஆனால்... போருக்குப் பிறகு... எரியூட்டும் இடத்தில்...! அம்மா உண்மையில் சொல்லப்போனால் துரியோதனன் எப்படிப்பட்ட மனிதனாக வேண்டுமானாலும் இருந்துவிட்டுப் போகட்டும்... ஆனால் அவன்தான் எத்தனை காட்டுமிராண்டித் தனமாகக் கொல்லப்பட்டிருக்கிறான்?"

"அது, போர் குழந்தாய்...! மூர்க்கமும் மிருகத்தனமும் இரண்டு பக்கங்களிலுமே இருந்தன. பீமனைப்பற்றி யோசித்துப்பார்."

"முடிவில், பீமன்தான் தந்தையை எவ்வளவு சிறுமைப்படுத்தி விட்டான். போர் மனிதத்தன்மையையே களைந்தெடுத்து விடுகிறது. வெற்றி பெற்றவர்கள்தான் எப்படிப் பெருமையடித்துக் கொண்டார்கள்? எத்தனை ஆணவத்தோடு நடந்து கொண் டார்கள் அவர்கள்."

"ஆமாம் மகனே. எனக்கும் அது தெரியும். இப்போது நீ போய் உறங்கு."

"உங்களோடு ஒரு இரவு!"

"நான் உன்னை என் பக்கத்தில் நெருக்கமாக அணைத்துக் கொள்ளப் போகிறேன் மகனே. குழந்தைப்பருவத்திலிருந்து நீ எனக்குக் கிடைக்கவே இல்லை."

"நான் இங்கே வழக்கமாக வருவது அவர்களுக்குத் தெரியும். அவர்கள் என்னைப் பரிகசிப்பார்கள். ஆண்மைக்குப் பொருந்தாத இப்படிப்பட்ட தேவைகளும் அம்மாவை எண்ணிக் கரைவதும் தாதி புத்திரர்களுக்கு மட்டுமே உரிய வழக்கம் என்று எள்ளி நகையாடுவார்கள்."

"அது என்னவோ உண்மைதான். பொதுவான மனித நியதியின்படி சாமானிய மக்களான நாமெல்லாம் பரிவு, இரக்கம், அன்பு, ஆதரவு, காதல், கோபம், பொறாமை என்று இயல்பான, இயற்கையான உணர்ச்சிகளோடு இருக்கிறோம்.

ஆனால் அரசகுல நியதியின்படி பார்த்தால் இயற்கையான உணர்ச்சிகளைக்கூட அவர்கள் எப்படிக் கஷ்டப்பட்டுக் கட்டுப்படுத்திக் கொண்டிருக்கிறார்கள் என்பது உனக்குத் தெரியும்."

"ஆமாம், நீங்கள் சொல்வது சரிதான்."

"ஆனால்... அதுதான் அவர்களுடைய வீழ்ச்சியுமே கூட! அரசகுலத்தைச் சேர்ந்தவர்களின் அழிவுக்கு எப்போதுமே அதிகாரம், பேராசை, ஆணவம், பகைமை இவையெல்லாம்தான் காரணங்களாக இருக்கின்றன."

"உங்களோடு இப்படிப் பேசிக்கொண்டிருப்பது நன்றாக இருக்கிறது அம்மா."

"பொழுது விடிந்ததும் நீ போயாக வேண்டுமா மகனே?"

"ஆமாம் அம்மா. 'திருதராஷ்டிரரின் மகனே, தர்ப்பணம் சரியான முறையில் கொடுக்கப்பட்டு விட்டது என்பதை உன் தாயிடம் போய்ச்சொல். ஒருவேளை அது அவளுக்குத் தெரியாமல் இருக்கலாம்,' என்று யுதிஷ்டிரர் என்னிடம் சொல்லி அனுப்பினார்."

சௌவால்யா அப்படியே உறக்கத்தில் ஆழ்ந்தான். அவன் கரத்தைத் தூக்கிப் படுக்கை மீது வைத்தாள் சௌவாலி. அவனது தலைக்கடியில் வசதியாகத் தலையணையை நகர்த்தி வைத்தாள். அவனது தலைமுடிதான் எப்படி நரைத்துப்போய் விட்டது? அவனுடைய நெற்றியிலேதான் எத்தனை சுருக்கங்கள்? இவ்வளவு ஆண்டுகளாக அவன் அனுபவிக்க நேர்ந்த அவமதிப்பு கள், இரக்கமற்ற கொடுமைகள், கீழ்மைகள் என்று எல்லாமாய்ச் சேர்ந்து உழுது விட்டுப்போயிருக்கும் அடையாளங்கள் அவை.

கதவை யாரோ மெள்ளத் தட்டினார்கள். அஹானாவாகத் தான் இருக்கும். தனக்குத் துணையாகப் படுத்துக்கொள்ள வந்திருப்பாள். கதவை மிக லேசாகத் திறந்தபடி,

"இன்று இரவு வேண்டாம் அஹானா. சௌவால்யா இங்கேதான் தூங்கிக்கொண்டிருக்கிறான்."

"பாட்டி, அம்மா உங்களிடம்.."

சௌவாலி வெளியே சென்று கதவைச் சார்த்தினாள்.

“போ கண்ணே. போய் உன் அம்மாவை அழைத்துக்கொண்டு வா.”

அஹானாவின் தாய் அங்கே வந்து சேர்ந்தாள்.

“நான் படுக்கப்போவதற்கு முன்பு உனக்கு நான் செய்ய வேண்டியது ஏதாவது இருக்கிறதா.”

“எந்த மாதிரி..? குறிப்பாக எதைச் சொல்கிறாய் நீ?”

“இறந்தவர்களுக்காகச் செய்யும் சடங்குகள் சம்பந்த மாகத்தான்! பார்க்கப்போனால் தர்ப்பணம் செய்திருப்பவனே உன் மகன்தானே.”

“பேசாமல் படுக்கப் போ சந்திரா. என்ன பெரிய இறுதிச் சடங்கு வேண்டியிருக்கிறது? அந்த திருதராஷ்டிரர்... யார் அவர் எனக்கு?”

“நீ என்ன சொல்கிறாய்... அவர்தானே உன்னுடைய...”

“என் மகனுக்குத் தந்தை, அவ்வளவுதான். என் மகனும் அந்தக் கடமையைச் செய்து முடித்து விட்டான்.”

“ஆனாலும் கூட...”

“இதோ பார், நான் வெறும் ஒரு தாதி, பணிப்பெண். அவருடைய மரணம் தொடர்பான இறுதிச்சடங்குக்கு உட்படுத்திக் கொள்ள அது என்னைக் கட்டுப்படுத்த நானென்ன அவர் தாலி கட்டித் திருமணம் செய்து கொண்ட மனைவியா? அரண்மனையில் என்னைப்போல ஏராளமான எத்தனையோ பணிப்பெண்கள் வருவதும் போவதுமாய் இருப்போம்; குழந்தைகளைக் கருச் சுமப்போம்; அதற்காக இப்படிப்பட்ட சடங்குகளுக்கு உட்படுத்திக் கொள்வதோ தர்ப்பணம் செய்வதோ வெள்ளை ஆடை உடுப்பதோ சே... அதெல்லாம் எதற்கு?”

சௌவாலியின் கண்கள் பிரகாசமாக ஜொலித்துக் கொண்டிருந்தன.

“நான் இனிப்பான லட்டு, நெய் வடியும் சோள ரொட்டி, பொன்னிறமான தேன் என்று நன்றாக ஒரு விருந்துச் சாப்பாடு சாப்பிடப் போகிறேன். வயிறு நிறையச் சாப்பிட்டு முடித்ததும் என் மகனின் கையோடு கை கோர்த்துக்கொண்டு அமைதியாக நிம்மதியாகத் தூங்கப்போகிறேன்.”

சௌவாலி கதவை அடைத்து மூடினாள். இறந்துபோன திருதராஷ்டிருரக்குத் தான் அடிபணிந்து விடவில்லை என்ற நினைப்பு அவளுக்கு ஆறுதலாக இருந்தது. அரண்மனை அந்தப் புரங்களில் இருக்கும் மற்ற தாதிகள் எல்லோரும் வெள்ளை ஆடை உடுத்தியபடி... அவர்களுக்கு விதிக்கப்பட்டிருக்கும் மிகக் குறைந்தபட்ச உணவோடு இப்போது அங்கே சஞ்சரித்துக் கொண்டிருப்பார்கள்.

'இதற்காக சௌவாலி நரகத்துக்குப் போய்விட வேண்டியிருக்குமோ?

அல்லது சொர்க்கத்துக்கா?'

சௌவாலி தனக்குள்ளேயே இப்படிச் சொல்லிக்கொண்டாள்.

"அதைப் பற்றியெல்லாம் நான் ஏன் கவலைப்பட வேண்டும். எனக்குப் பசிக்கிறது, நான் சாப்பிடுகிறேன். அவ்வளவுதான். என் சுயவிருப்பத்தோடுதான் அந்த இடத்தை விட்டு விலகி வந்தேன். இன்றைக்கும் கூட எது சரியானது என்பதை என் சுயதர்மமே முடிவு செய்து கொள்ளட்டும். அதற்கே இதை விட்டு விடுகிறேன்."

சௌவாலி, மகிழ்ச்சியோடு தன் முகம் கை கால்களைக் கழுவிக் கொண்டாள். இந்த 'நேர்மையான' யுத்தத்தைப் பற்றி கிருஷ்ண துவைபாயன வியாசர் எழுதப்போவதாய்ச் சொல்லிக் கொள்கிறார்கள்...

எழுதிவிட்டுப்போகட்டுமே! அதில் எந்த ஓர் இடத்திலும் தன் பெயர் குறிப்பிடப்படுவதில் கூட சௌவாலிக்கு விருப்பம் இல்லை.

அவளது மகன் ஒரு முட்டாள். அவனும் கூட சாமானிய மக்களில் ஒருவன்தான் என்றபோதும் அரசகுலத்துக்குரிய நெறிகளையும் நியமங்களையும் போய்க் கடைப்பிடித்துக் கொண்டிருக்கிறான்.

அவள் தனக்குள் இவ்வாறு நினைத்துக்கொண்டாள்.

'நீ எதையாவது கற்றுக்கொள்ள வேண்டுமென்றால் உன் தாயிடமிருந்து அதைக் கற்றுக்கொள். அங்கே அரண்மனையில் நான் ஒன்றுமில்லாத வெறும் பணிப்பெண்ணாகத்தான்

இருந்தேன். இங்கே சாதாரண மக்களுக்கு நடுவே சுதந்திரமான ஒரு மனுஷியாக வாழ்ந்து கொண்டிருக்கிறேன்.'

அவள் சாப்பிடத் தொடங்கினாள். அவள் சமைத்த உணவு இன்றைய தினத்தைப்போல அவளுக்கு இதுவரை இத்தனை ருசியாக ஒருபோதும் இருந்ததில்லை.

பாண்டவர்களுமே கூடத் தங்களில் ஒருவனாகத் தன்னை ஒருபோதும் ஏற்றுக்கொள்ளப்போவதில்லை என்பதை இந்த சௌவால்யா எப்போதுதான் உணர்ந்துகொள்ளப் போகிறான்...?

O

குறிப்பு:

காந்தாரி கருவுற்றிருந்த நேரத்தில் திருதராஷ்டிரனின் பணிப்பெண்ணாக ஒரு வைசியகுலப்பெண் இருந்தாள்; அவள் வழியே பிறந்தவனே யுயுத்சு. யுயுத்சுவின் தாய் சௌவாலி.

● வங்காளம்

துக்கம்

ஆஷா பூர்ணாதேவி

அலுவலகம் செல்வதற்காகக் கிளம்பிய சக்திபோதோ, வீட்டிலிருந்து ஒரு அடி எடுத்து வைக்கப்போகும் நேரம் பார்த்து கையில் பத்திரிகையையும் கடிதத்தையும் வைத்துக் கொண்டு அவருக்கு முன்னால் நின்று கொண்டிருந்தார் தபால்காரர். ஏற்கனவே கையில் இருந்த பொருள்களோடு இந்த இரண்டும் வேறு சேர்ந்துவிட்டதால் அவர் இப்போது கட்டாயம் வீட்டுக்குள் திரும்பிப் போகத்தான் வேண்டும். அவற்றை பிரதிபாவிடம் சேர்த்தாக வேண்டும். பத்திரிகை என்னவென்று பார்க்க வேண்டிய அவசியமில்லை. அது நிச்சயம் பிரதிபாவுக்குப் பிடித்தமான சினிமா இதழான 'சாயாசௌபி'யாகத்தான் இருக்கும். அது ஒவ்வொரு புதன்கிழமையும் தவறாமல் வந்துவிடும்.

அந்தக் கடிதமும் பிரதிபாவுக்கு வந்ததுதான். ஓர் அஞ்சலட்டையில் எழுதப்பட்ட ஒரு சில வரிகள். அஞ்சலட்டை, பிரதிபாவின் தந்தை வீட்டிலிருந்து பர்தோமனிலிருந்து வந்திருந்தது.

பரபரப்பான இப்படிப்பட்ட ஒரு நேரத்தில் பொதுவாக அவர் கடிதங்களைப் படிப்பதில்லை. ஆனால் உள்ளே நடந்து சென்ற நேரத்தில் அவரது பார்வை அஞ்சலட்டையிலிருந்த ஒரு சில கறுப்பு நிற வரிகளின் மீது ஓடியது; உடனே அவரது கண்கள் இரண்டும் கல்லாய் இறுகிவிட்டன. இமைக்க மறந்து கல்லாகிப் போன அந்த விழிகளைக் கொண்டு அவர் கடிதத்தை மீண்டும் மீண்டும் படித்தார் ஆமாம்! இனிமேல் எந்தச் சந்தேகத்துக்கும் இடமில்லை. சுருக்கமாக, குறிப்பாக, தெளிவாக இருந்தது அந்தச் செய்தி. பிரதிபாவின் சித்தப்பா தன் தெளிவான கையெழுத்தில் அதை எழுதியிருந்தார்.

பிரதிபாவின் அன்னை இறந்துவிட்டார்.

ஒரு தந்தி அனுப்பலாமே என்று அந்தச் சித்தப்பா யோசித்துப் பார்த்ததாகத் தெரியவில்லை.

'மரியாதைக்குரிய உன் அன்னை நேற்று இரவு, சொர்க்க லோக பதவி அடைந்துவிட்டாள். ஒரு சில நாள் காய்ச்சல் அடித்ததில் அவள் இப்படி நம்மை விட்டுச் சென்றுவிடுவாள் என்று நாங்கள் எதிர்பார்க்கவே இல்லை. நாங்களெல்லோரும் மிகுந்த துக்கத்தில் இருக்கிறோம். அண்ணா போய்விட்டார், இப்போது அண்ணியும் நம்மை விட்டுச் சென்று விட்டார். எங்களுக்குள்ள ஒரே ஆறுதல் நீ மட்டும்தான். எனவே உடனடியாக இங்கே கிளம்பி வந்து எங்களுக்குச் சிறிது மன அமைதியைக் கொடு' என்று அந்தக் கடிதத்தில் எழுதியிருந்தார் அவர்.

தொடர்ந்து எழுதப்பட்டிருந்த அடுத்த இரண்டு வரி ஆசீர்வாதங்களை அதற்கு மேல் படிக்க சக்திபோதோவுக்குத் தெம்பில்லை. தான் செய்ய வேண்டியது என்ன என்று தீர்மானிக்க முடியாதவர் போல இரண்டு நிமிடங்கள் அப்படியே நின்றார் அவர். அந்த நிலையில் அவரது மனக்கண்ணுக்குள் பல காட்சிகள் திரைப்படம் போல ஓடிக்கொண்டிருந்தன. அவை, அவர் இதற்கு முன்பு பார்த்த காட்சிகள் அல்ல; அவராகக் கற்பனை செய்து கொண்ட காட்சிகள் அவை. நெஞ்சைப் பிளக்கும் அந்தக் கடிதத்தைப் பிரதிபாவிடம் இப்போது சொன்னால் எந்த வகையான சிக்கலை அவர் எதிர்கொள்ள நேரும் என்பதையும், தொடர்ந்து எந்த வகையான காட்சிகள் வீட்டில் அரங்கேறும் என்பதையுமே அவர் அப்போது நினைத்துப் பார்த்துக்கொண்டிருந்தார்.

தன் மாமியார் மலேரியா காய்ச்சலில் இறந்துபோன செய்தி, சக்திபோதோவுக்கும் தாங்க முடியாத துயரத்தை அளித்தது என்பதைத் தனியே சொல்ல வேண்டிய அவசியம் இல்லை. ஆனாலும் தாயையே தன் உயிராக, வாழ்வாக எண்ணி வாழ்ந்துவரும் பிரதிபா, இந்தச் செய்தியைக் கேட்டால் என்ன ஆவாள் என்பதை எண்ணும்போது, அந்தப் பாவப்பட்ட மனிதர் உள்ளுக்குள் உலர்ந்து போனார்.

அவரது மனதில் தோன்றிய முதல் எண்ணம், அவரது அலுவலகத்தைப் பற்றியதுதான். இந்தத் துக்கச் செய்தியைச்

சொல்லிவிட்டால் அவ்வளவுதான், இன்று அலுவலகத்துக்குச் செல்ல முடியாது. துரதிருஷ்டவசமாக இன்று மாதத்தின் முதல் நாள். சக்திபோதோவின் அலுவலகம் ஒரு மோசமான விதியைக் கடைப்பிடித்து வந்தது. ஏதாவது ஒரு காரணத்தால் மாதத்தின் முதல் நாள் ஒருவர் வராமல் இருந்துவிட்டால் ஏழாம் தேதிவரை அவருக்குள்ள ஊதியம் கிடைக்காது.

அப்புறம் பிரதிபாவை வேறு சமாளித்தாக வேண்டும்.

பிரதிபாவின் இயற்கையான சுபாவத்தோடு அவளது தாய் இறந்த துக்கமும் சேர்ந்து கொண்டால்... அதை நினைக்கும்போதே அந்த அப்பாவி மனிதரின் இதயம் சில்லிட ஆரம்பித்துவிட்டது.

பிரதிபாவின் அம்மா இறந்தது ஒரு துக்கம் என்றால், அந்தச் செய்தி தந்த திடீர் அதிர்ச்சி எல்லாவற்றையும் விடப் பெரிய கொடுமை.

முன்பின் எதிர்ப்பட்டிருக்காத பெரும் புயலை எப்படி எதிர்கொள்ளப் போகிறோம் என்பதை யோசித்துப் பார்த்தபடி தான் செய்ய வேண்டியது என்னவென்ற தீர்மானத்துக்கே வர முடியாதபடி தவித்துக்கொண்டிருந்த அந்த மனிதர், ‘சட்’டென்று ஒரு முடிவுக்கு வந்தார்.

வேண்டாம்! இப்போது வேண்டாம். இப்போதைக்கு அந்தச் செய்தி மறைவாகவே இருக்கட்டும். திடீரென்று அதைப்போய் அவளிடம் சொல்வது சாத்தியமே இல்லாத ஒன்று.

இப்போது அமைதியாக நழுவிப்போய் விடுவதுதான் நல்லது. அவர் திரும்பி வந்த பிறகு என்ன நடக்க வேண்டுமோ, அது நடந்து கொள்ளட்டும். ‘நான் அவசரமாகக் கிளம்பிக் கொண்டிருந்தேன்’ என்று சொல்லிவிடலாம். ஆனால் கடவுளே... சக்திபோதோவுக்கு என்ன பைத்தியம் பிடித்துவிட்டதா? பிரதிபாவின் அம்மா இறந்த செய்தி கிடைத்த பிறகும் அவர் அவசரமாய்க் கிளம்பி அலுவலகத்துக்குப் போயிருக்கிறார். அவளிடம் போய் அப்படிச் சொல்வதா? முடியவே முடியாது. வேறென்ன செய்யலாம்? பேசாமல் தபாலட்டையைச் சட்டைப் பைக்குள் போட்டுக் கொண்டு தன்னோடு கொண்டுபோய் விடலாமா? கிளம்பும் வழியில் அந்தக் கார்டை வாங்கிக் கொண்டதாகவும், படிக்காமல் அவசரமாக அப்படியே சட்டைப் பைக்குள் திணித்துக்

கொண்டு, பிறகு அதையே மறந்து விட்டதாகவும், வீடு திரும்பி உடை மாற்றும்போது பார்த்ததாகவும் சொல்லலாமா?

இல்லை. அதுவும் கூடக் கடினமானதுதான்.

அந்தக் கடிதம் பர்தோமனிலிருந்து வந்திருப்பதைப் பார்த்த பிறகும் அலட்சியமாக அதை மறந்துவிட்டு நாள் முழுவதும் அலுவலகத்தில் வேலை பார்ப்பதாவது? அதென்ன மன்னிக்கக்கூடிய ஒரு குற்றமா?

வெகு நாட்களாக அங்கிருந்து எந்தக் கடிதமுமே வரவில்லை என்று சமீபத்தில் பிரதிபா வேறு கவலைப்பட்டுக் கொண்டிருந்தாளே?

என்ன செய்யலாமென்று யோசித்துப் பார்த்துக் கொண்டே வந்த அவருக்கு மின்னல் வெட்டுப் போல ஒரு எண்ணம் மனதில் ஓடியது. அதுதான் சரி! அது ஏன் அவருக்கு முதலிலேயே தோன்றியிருக்கவில்லை? தபால்காரர் சக்திபோதோவிடம் கடிதத்தைக் கொடுத்தார் என்பது உண்மைதான், ஆனால், அவரிடம்தான் அதைக் கொடுத்தார் என்பதற்கு ஆதாரம் ஏதாவது இருக்கிறதா என்ன?

பெரும்பாலான சமயங்களில் ஜன்னல் வழியாக வெளியி லிருந்தே கடிதங்களை வீசி எறிந்து விடுவார் அவர். இன்றும் அப்படித்தான் செய்திருப்பார்; ஆனால் எப்படியோ இன்று சக்திபோதோவைப் பார்த்து விட்டார். சே! இன்று அலுவலகத்துக்கு ஒரு நிமிடம் முன்னால் கிளம்பியிருந்தால் இப்படிப்பட்ட கவலைகளையெல்லாம் அவர் சுமக்க வேண்டி யிருக்காதே?

சரி... போகட்டும்! இப்போது ஜன்னல் வழியாக சக்திபோதோ அந்தக் கடிதத்தைப் போடப் போகிறார்.

தனக்குள் உருவாகியிருந்த திட்டத்தைச் செயல்படுத்துவதற்கு முன்னால் மீண்டும் அதைப்பற்றி யோசித்துப் பார்த்தார் அவர். இல்லை, அதுவும் சரியாக இருக்காது. அக்கம் பக்கத்தில் உள்ள எல்லோருமே நன்றாகத் தெரிந்தவர்கள். யாராவது அவரைப் பார்த்துவிட்டால் என்ன நினைத்துக் கொள்வார்கள்? வீட்டுக்குள் இருந்தபடியே ஜன்னலில் கடிதத்தை வைத்து விடுவதுதான் நல்லது. வீட்டுக்கூடத்துக்குள் சத்தமில்லாமல் நுழைந்து காதுகளைக் கூர்தீட்டிக்கொண்டு அப்படியே சிறிதுநேரம் நின்று கொண்டிருந்தார் சக்திபோதோ. இந்தக்

கூடத்துக்குள்ளேதான் தபால்காரர் கடிதங்களை வீசிப் போடுவது வழக்கம்.

பிரதிபா எங்கே இருக்கிறாள்? நிச்சயம் சமையலறையிலேதான். கரண்டியால் எதையோ கிளறும் சத்தம் அவருக்குக் கேட்டது. மீன் வறுபடும் இனிமையான மணத்தை அவரால் நுகர முடிந்தது. அதனால் இப்போதைக்கு அவள் இந்தப் பக்கம் வரப்போவதில்லை.

மெதுவாக அந்தப் பத்திரிகையையும், கடிதத்தையும் ஜன்னல் திட்டின் மீது வைத்தார் அவர். பத்திரிகையின் மேல் கடிதம் இருந்துவிட்டுப் போகட்டும்! ஆமாம்! அதுதான் சரி. இல்லையென்றால் அந்த 'சாயாசௌபி' பத்திரிகையைப் பார்த்ததுமே அவள் உலகத்தை மறந்து விடுவாள். அதற்குக் கீழே என்ன இருக்கிறது என்பதை அதற்கப்புறம் பார்க்கப் போகிறாளா என்ன?

கடிதம், அதிலுள்ள அந்தச் செய்தியோடு பத்திரிகைக்கு மேலேயே இருக்கட்டும். அந்தக் கெட்ட செய்தியைப் பிரதிபா தானாகவே அறிந்துகொள்ளட்டும். துயரமான விஷயங்களைத் தாங்கிக்கொண்டு அவற்றைச் சொல்லவேண்டிய கடினமான பொறுப்பிலிருந்து சக்திபோதோ விடுபடட்டும்! அழுவது, ஓலமிடுவது, ஒப்பாரி வைப்பது ஆகிய கடுமையான புயல்களெல்லாம் அவரது முதுகுக்குப் பின்னால் அடித்து ஓயட்டும். சக்திபோதோ திரும்பி வரும் நேரத்துக்குள் நிச்சயம் கொஞ்சமாவது ஒரு நிலைப்பட்டிருப்பாள் பிரதிபா.

ஆனால் இதையெல்லாம் சிந்தித்துப் பார்த்துக் கொண்டிருக்க அவருக்குச் சில நொடிகளுக்கு மேல் ஆகவில்லை. காற்றைப் போன்றதல்லவா சிந்தனை?

'சாயாசௌபி' பத்திரிகை இருந்த கவரின் மீது கடிதத்தை வைத்து விட்டு, வீட்டுக்குள் எப்படிச் சத்தம் காட்டாமல் வந்தாரோ அதேபோல வீட்டை விட்டு வெளியேறினார் சக்திபோதோ. வெளியே வந்ததுமே மனதிலிருந்த பாரம் நீங்கி சுதந்திரக் காற்றைச் சுவாசிப்பது போல லகுவாக உணர்ந்தார். தனக்குத் தோன்றிய யோசனை மிகவும் பிரமாதமானதென்று அவருக்குப் பட்டது.

ஆனால் அலுவலகத்தை அடைந்ததுமே அந்த லகுவான உணர்வு அவரிடமிருந்து நீங்கிப் போய் விட்டது. இப்போது

அவர் நெஞ்சில் ஒரு வகையான குற்ற உணர்வே சுமையாக அழுத்தத் தொடங்கியிருந்தது. நேரம் செல்லச் செல்ல அவர் மீண்டும் பலவாறு யோசித்துப் பார்த்துக்கொண்டே இருந்தார். பிரதிபா தொடர்ந்து அழுது கொண்டே இருந்தால் அவளது கைகால்கள் சக்தியிழந்து போனால் அந்தப் பையனின் நிலை என்ன ஆகும்? பாவம்! அவனுக்கு நாள் முழுவதும் பால்கூடக் கிடைக்காமல் போய்விடுமே? வீட்டுக்குச் சீக்கிரம் திரும்பிப்போய் விடலாமா என்று அவர் பலமுறை யோசித்தார், ஆனால் அதற்கு எந்த வகையான விளக்கம் தரமுடியும்? அன்று அவர் ஏன் சீக்கிரம் திரும்ப வேண்டும் என்ற கேள்வி வருமே? அதனால் கண்களையும், காதுகளையும் இறுக அடைத்துக் கொண்டு அன்றைய நாளை அவர் ஓட்டியாக வேண்டியதுதான்.

அவர் முதலில் செய்துவிட்டதை மாற்ற இனிமேல் எந்த வழியும் இல்லை.

பொரித்த மீனை உயரமான அலமாரியில் வைத்து விட்டு அடுப்படியில் பாக்கியிருந்த ஒன்றிரண்டு வேலைகளையும் முடித்துவிட்டு உள்ளே வந்தாள் பிரதிபா. அவள் மனதில் ஏனோ அமைதியில்லை. சக்திபோதோ கிளம்பிப்போய் வெகுநேரமான பின்னும் வெளிக்கதவு இன்னும் அடைக்கப் பட்டிருக்கவில்லை. ஆனாலும் குழந்தைப்பையன் அழாமல் இருப்பது அவளுக்கு ஒரு சின்ன ஆறுதல். வெளிக்கதவைத் தாளிட்டு விட்டுக் கூடத்துக்கு வந்ததும் அவளது பார்வை, ஜன்னல் திட்டின் மீது இருந்த பத்திரிகையின் மீதும், கடிதத்தின் மேலும் பதிந்தது. ஓ, 'சாயாசௌபி' வந்துவிட்டதா? இந்த வாரம் புகழ்பெற்ற நடிகைகளின் பேட்டி அதில் வெளிவரப் போவதாகச் சொல்லியிருக்கிறார்கள்.

ஆமாம், இது எப்போது வந்தது?

சக்திபோதோ உடையணிந்துகொண்டு வெளியே கிளம்பத் தயாரானதுவரை இது வரவில்லை.

இப்பொழுது பார்த்தால் பர்தோமனிலிருந்து வேறு ஒரு கடிதம் வந்திருக்கிறது. ஆனால் இது ஏன் சித்தப்பாவின் கையெழுத்தில் இருக்கிறது? விஜயதசமி சமயத்தில் வழக்கமாக எழுதும் கடிதம் தவிர சித்தப்பா ஒரு போதும்... ஐயோ... அம்மா நிச்சயம் நன்றாக இருப்பாள்தானே?

கவலை, காற்றைவிட வேகமாக ஒவ்வொருவரையும் சுழற்றியடிப்பது.

கையை நீட்டிக் கடிதத்தை எடுப்பதற்குள் இவ்வளவையும் யோசித்தாள் அவள். பிறகு கடிதத்தை எடுத்து அதன் மீது கண்களை ஓட்டிய பிறகு ஸ்தம்பித்துப்போய்ப் புழுதி படிந்த தரையில் அப்படியே அசந்து உட்கார்ந்துவிட்டாள்.

என்ன இது? என்ன மாதிரி ஒரு செய்தி இது?

மூன்று பைசா மதிப்புள்ள இந்த அஞ்சலட்டை எப்படிப்பட்ட ஒரு செய்தியை அவளுக்குக் கொண்டுவந்து சேர்த்திருக்கிறது? நிஜமாகவே அம்மா இறந்து விட்டாளா? பிரதிபாவின் அம்மா இறந்து விட்டாளா? இரண்டே வரிகள் கொண்ட மிகமிகச் சாதாரணமான அந்தக் கடிதமா, அம்மா போய்ச் சேர்ந்த செய்தியைச் சுமந்து வந்திருக்கிறது?

பிரதிபா தன் தாயை இழந்துவிட்டாள் என்ற இந்தச் செய்தி, ஒருவருக்கு உடல்நலம் நன்றாக இருக்கிறது என்றோ, சுமாராக உள்ளதென்றோ அற்பமான செய்திகளைப் பரிமாறிக் கொள்வதைப் போன்றதுதானா? அதற்குரிய மதிப்பு இவ்வளவுதானா? மேலும் இப்படி ஒரு வித்தியாசமான சூழ்நிலையில், அவள் மட்டும் தனியாக இருக்கும்போதுதானா அம்மா போய்விட்டாள் என்ற செய்தியை அவள் அறிந்துகொள்ள வேண்டும். இந்தக் கடிதம் பத்து நிமிடங்களுக்கு முன்னால் வந்திருக்கக்கூடாதா? அப்போது சக்திபோதோவும் கூட இருந்திருப்பாரே? பிரதிபா எவ்வளவு கொடுமையான துக்கத்தை அனுபவித்துக் கொண்டிருக்கிறாள் என்பதைப் பார்ப்பதற்கு ஒரு சாட்சியாவது இருந்திருக்குமே? சக்திபோதோ மட்டும் அங்கே இருந்திருந்தால், இப்படிப்பட்ட கடும் துயரத்தால் பீடிக்கப்பட்டுக் கிறுக்குப் பிடித்தவளைப் போலிருக்கும் பிரதிபாவைக் கூட்டிக்கொண்டு உடனடியாக ஹௌரா ஸ்டேஷனுக்கல்லவா விரைந்திருப்பார்?

ஒருவேளை ரயிலுக்கான நேரம் தவறியிருந்தால், அடுத்த ரயிலுக்காகக் காத்திருக்க பிரதிபா நிச்சயம் சம்மதித்திருக்க மாட்டாள். பைத்தியக்காரியைப் போல ஒரு வாடகைக் காரில் வேகமாய்ப் போய்ச் சேர வேண்டுமென்றே அவள் நினைத்திருப்பாள். சக்தி போதோவும் அதற்கு நிச்சயம் மறுப்பு சொல்லியிருக்க மாட்டார். பிரதிபா கடும் துயரத்தில் இருக்கும்போது கருமித்தனமாக நடந்து கொள்ளும் அளவுக்கு

அவர் இதயமில்லாதவர் இல்லை. 'டேக்ஸி'யிலிருந்து இறங்கியதுமே ஓடிப்போய் அம்மாவின் படுக்கைக்கருகே தரையில் விழுந்தபடி பிரதிபா கதறித் தீர்த்திருப்பாள். அவளது சித்தப்பா, சித்தி, பாட்டி என்று எல்லோரும் ஓடிவந்து அவளுக்கு ஆறுதல் சொல்லியிருப்பார்கள். அக்கம் பக்கத்தி லிருக்கும் மனிதர்களெல்லாம் வந்திருப்பார்கள். அம்மாவைப் பறிகொடுப்பது என்பது பிரதிபாவை எந்த அளவு கடுமையாகப் பாதிக்குமென்பது அண்டை அயலில் உள்ள எல்லோருக்கும் தெரியும்.

ஆனால் இப்போது நடந்திருப்பது என்ன? துக்கத்தின் குறிப்பிடத்தகுந்த ஒரு அம்சம் அதை முழுமையாக வெளிக்காட்டிக் கொள்ளும் அந்த அம்சம், இப்போது முழுக்க முழுக்க அவிந்து போய்விட்டது. லேசாக ஒரு முறை கூச்சலிடவோ, அழ ஆரம்பிக்கவோ அவளால் முடியவில்லை. அவற்றைச் செய்வதற்குத் தேவையான தூண்டுதல்கூட அவளுக்குக் கிடைக்கவில்லை. வீட்டில் தன்னந்தனியாக இருக்கும்போது யாராவது அப்படி அழ முடியுமா என்ன?

வயதில் பெரியவர்கள் செய்ய முடியாததைச் சிறியவர்கள் மிகவும் சுலபமாகச் செய்துவிடுவார்கள். பத்து மாதங்களே நிரம்பிய அவளது மகன் கோகோன் கட்டுப்படுத்த முடியாதபடி திடீரென்று அலற ஆரம்பித்தான். அதில் அக்கம்பக்கமெல்லாம் கிடுகிடுத்துப் போயிருக்கும். அறைக்குள் அவன் பாட்டுக்கு விளையாடிக் கொண்டிருந்தானே? 'சட்'டென்று அப்படி என்ன ஆகியிருக்கும்?

வீட்டில் வேறு யாருமே இல்லாத நிலையில் தன் மகனிடமிருந்து இப்படி ஒரு அலறலையும் கேட்டபிறகு அவனருகே ஓடுவதைத் தவிர அவளால் வேறென்ன செய்ய முடியும்? அந்த நிமிடம்தான் தன் தாயின் மரணச் செய்தியைக் கேட்டிருந்தாலும் கூட அவள் போய்த்தான் ஆக வேண்டும்.

அது ஒரு பெரிய கறுப்பு எறும்பு. குழந்தையின் மென்மையான, சிறிய கால்விரல்களின் நுனிப்பகுதியை அது கடுமையாகக் கடித்திருந்தது. பத்து மாதமே நிரம்பிய ஒரு குழந்தைக்கு இந்த எறும்புக்கடி, ஒரு தேள் கடியைப் போலத்தான்! குழந்தை வலியை மறக்க வேண்டுமென்றால் அம்மாவை இழந்த துக்கத்தை அவள் மறந்தாக வேண்டும். ஒரு வழியாகக் குழந்தை அந்த வலியை மறந்துவிட்டபோது,

வீட்டைச் சூழ்ந்து கொண்ட ஏதோ ஒரு கருகும் வாடை அவளைத் திடுக்கிட வைத்தது. சாயங்கால வேலையைச் சற்று மிச்சம் பிடிக்க நினைத்தபடி கொஞ்சம் பருப்பை அடுப்பில் வேக வைத்திருந்தாள் அவள். சரி, பருப்பின் கதி அவ்வளவுதான். அணைந்து கொண்டிருக்கும் அடுப்புக்கூட சரியான நேரம் பார்த்து அவளைப் பழிவாங்குகிறது.

பருப்பு போனால் போகட்டும், பருப்பு வைத்திருக்கும் பாத்திரம் அடிப்பிடித்துப் போனால்தான் ஆபத்து. நான்கைந்து பழைய புடவைகளைக் கொடுத்து அவற்றுக்குப் பதிலாக முதல்நாள்தான் அவள் அந்தப் பாத்திரத்தை வாங்கிக்கொண்டு வந்திருந்தாள்.

குழந்தையை இடுப்பில் வைத்தபடி பாத்திரத்தை அடுப்பிலிருந்து இறக்கி வைத்துவிட்டு சமையலறைக் கதவுக்குத் தாள் போட்டு விட்டுக் கடிதத்தின் அருகே வந்து உட்கார்ந்தாள் பிரதிபா. அதை மறுபடியும் ஒருமுறை கையில் எடுத்துக் கொண்டாள். அதைத் திரும்பப் படிப்பதன் மூலம் அவள் ஏதோ ஒன்றை மறு கண்டுபிடிப்பு செய்ய முயல்வதைப் போலிருந்தது. இவ்வளவு நேரமும் தான் படித்தது ஒரு வேளை தவறாக இருக்குமோ என்று திடீரென்று சரிபார்க்க விரும்புபவள் போலிருந்தாள் அவள்.

ஆனால், அப்படியெல்லாம் எதுவுமில்லை. எந்தத் தவறும் எங்குமில்லை; அதற்கான வாய்ப்பும் இல்லை.

பிரதிபாவின் தாய் உண்மையிலேயே இறந்துபோய்விட்டாள். பர்தோமனில் இருக்கும் வீட்டுக்கே ஓடிப்போய் எல்லா இடங்களிலும் தேடிப் பார்த்தாலும் பிரதிபாவால் அவளை மீண்டும் பார்க்க முடியப் போவதில்லை. அவள் சிறு குழந்தையாக இருந்தபோதே அவளது தந்தை காலமாகிவிட்டார்; அவரை அவளுக்குக் கொஞ்சம் கூட ஞாபகமில்லை; அம்மாதான் அவளுக்கு எல்லாமாக இருந்தாள்.

... ஆமாம், அது நடந்துவிட்டது உண்மைதான்.

பிரதிபாவின் வாழ்க்கையில் அவள் எதிர்ப்படும் முதல் துக்கம் அது! மிகமிக ஆதாரமான, அடிப்படையான துக்கமும் கூட! ஆறிப்போன தண்ணீரைப்போல இப்படி அவளை வந்தடைந்திருக்கிறது அது!

பிரதிபா தொடர்ந்து இப்படியே உட்கார்ந்திருக்க முடியாது; சீக்கிரமே வேலை பார்க்கும் பெண் வந்து விடுவாள், பால்காரர் வந்து விடுவார். அவள் எழுந்துகொண்டுதானாக வேண்டும், அவர்களோடு பேசித்தான் ஆகவேண்டும். குறைந்தபட்சம் வேலை பார்க்கும் பெண்ணிடத்திலாவது தன் வாழ்க்கையில் நேர்ந்திருக்கும் இந்தக் கொடுமையான நிகழ்வைப்பற்றி அவள் சொல்லிக் கொள்ளலாம்... ஆனால் அவளேதான் அதைச்சொல்ல வேண்டியிருக்கும். இல்லையென்றால் அவளிடமும் சாதாரணமாக இருப்பதைப்போலத்தான் நடிக்க வேண்டும். ஒருவேளை அந்தப் பெண்ணிடம் விஷயத்தைச் சொல்லி அது அவளுக்குத் தெரிய வந்துவிட்டால் அப்புறம் அவள் சும்மாவா இருப்பாள்? பிரதிபாவுக்கு ஆறுதல் சொல்லவும் தேற்றவும் எண்ணியவளாய்க் கட்டாயம் பக்கத்தில் வந்துவிடுவாள். அவள் மனம் நெகிழ்ந்து போயிருக்கும் இந்தச் சந்தர்ப்பத்தைச் சாக்காக வைத்துக் கொண்டு தன் எஜமானியருகே நெருக்கமாக வந்து தலையைக் கோதி விடுவாள், கையைப் பிடித்துக் கொள்வாள். அதை நினைத்துப் பார்க்கவே பிரதிபாவுக்குச் சகிக்கவில்லை. உண்மையிலேயே அது சகிக்க முடியாததுதான். மேலும் தன் தாய் இறந்துபோன செய்தி வந்த பிறகும் கூட பிரதிபா வீட்டுக்குள் நடமாடியிருக்கிறாள், குழந்தைக்குப் பாலூட்டி யிருக்கிறாள் என்பதைச் சக்திபோதோவும் அறிந்து கொண்டு விடுவார்.

அழுகையை நிறுத்தியபடி அந்தக் குழந்தைப் பையன் அம்மாவின் மடியில் அமைதியாக உறங்கிப் போனான். பிரதிபா, மடியில் தூங்கும் குழந்தையோடு ஆடாமல் அசையாமல் அப்படியே உட்கார்ந்திருந்தாள்.

நேரம் ஓடிக் கொண்டிருந்தது. மூன்று மணியானபோது ஆட்டுப்பால் கொண்டுவந்து தருபவனின் மணி ஓசை கேட்டது.

பிரதிபா ஒரு உறுதியான முடிவோடு எழுந்து நின்றாள்.

ஆமாம். அதுதான் சரி! தபால்காரர் எந்த நேரம் வந்து கடிதத்தைக் கொடுத்தார் என்பது பிரதிபாவுக்குத் தெரியாது. எறும்பு கடித்த குழந்தையின் அழுகையோடு அவள் போராடிக் கொண்டிருந்தாள். குழந்தையோ முழுநாளும் அழுதபடி இருந்தது. அதனால் ஜன்னல் பக்கமோ, கதவுப் பக்கமோ, அறைகளிலோ பார்வையை வெறுமே செலுத்தக்கூட பிரதிபா வுக்கு அன்று நேரம் கிடைக்கவில்லை. அதற்கு சாட்சி 'சாயா

சௌபி' பத்திரிகையின் உறை இன்னும் பிரிக்கப்படாமல் இருப்பதுதான். பத்திரிகையையும் கடிதத்தையும் தபால்காரர் எப்படிப் போட்டிருப்பாரோ அதே மாதிரி வைத்துவிட்டு எழுந்திருந்தாள் பிரதிபா. ஒரு சிறிய கிண்ணத்தை எடுத்துக் கொண்டு போய் ஆட்டுப்பால் கொண்டு வந்திருப்பவருக்காக லேசாகக் கதவைத் திறந்தாள். பாலைக் கொண்டுபோய் அதன் இடத்தில் வைத்துவிட்டு 'அந்த இரண்'டையும் ஒரு தடவை திரும்பிப் பார்த்தாள். 'சட்'டென்று ஒரு கணம் அப்படியே நின்றுவிட்டாள். கடிதம் போய்ப் பத்திரிகைக்குப் பக்கத்திலா? வேண்டாம், கடிதம் புத்தகத்துக்கு அடியில் மறைவாகவே இருக்கட்டும். மேலே இருந்தால் உள்ளே வந்து வந்து போய்க் கொண்டிருக்கும் அவள் கண்ணில் ஒரு முறையாவது தட்டுப்பட்டிருக்காதா? கடிதத்தை மட்டும் பார்த்திருந்தால் உடனே அதை ஆசையாய் எடுத்துப் பார்த்திருப்பாளே பிரதிபா! சில நாட்களாக பர்தோமனிலிருந்து கடிதமே வரவில்லை என்று அவளே கவலையோடுதானே இருந்தாள்?

'சாயாசௌபி'? அது போய்த் தொலையட்டும்... அது அப்படியே கிடக்கிறதே என்றால் அது அப்படித்தான் கிடக்கும். முழுநாளும் அழுதபடி அவளைப் பைத்தியம் பிடிக்கச் செய்து கொண்டிருக்கும் ஒரு குழந்தையை வைத்துக் கொண்டு அவளுக்குச் சினிமா பத்திரிகை படிக்கவா நேரம் கிடைக்கும்?

இன்று பிரதிபா தயாரித்த சோறு சமையலறையில் அப்படியே தொடப்படாமல் இருக்கிறது. வேலைக்கு வந்த பணிப்பெண் அதைப் பார்த்துவிட்டுக் கத்தினாள். ஆனால் பிரதிபா அதற்கு என்ன செய்ய முடியும்? முழுநாளும் தலையையே தூக்கமுடியாமல் வலி மண்டையைப் பிளந்து கொண்டிருந்தபோது அவளால் எப்படிச் சாப்பிட முடியும்? வேலைக்காரப் பெண், தன் மகன்களுக்கு அந்தச் சோற்றை எடுத்துக் கொண்டு போக வேண்டியதுதான்.

வழக்கமாக தினந்தோறும் நடப்பதைப் போலவே, அன்றும் அடுப்பு பற்ற வைக்கப்பட்டது. இரவுச் சாப்பாடு செய்வதற்கான ஆயத்தங்கள் தொடங்கியிருந்தன. சூடான பூரியுடன் கோவைக்காய் வறுவலையும், உருளைக்கிழங்கைப் பொடியாக வறுத்ததையும் சேர்த்து சாப்பிட சக்திபோதோவுக்கு மிகவும் பிடிக்கும். சரி, அன்றைய சாப்பாடாகவும் அதுவே இருந்துவிட்டுப்

போகட்டும். பிரதிபாவுக்கு எதுவும் ஆகிவிடவில்லை. பிரதிபா நன்றாகத்தான் இருக்கிறாள்.

கதவருகே வந்த சக்திபோதோ, 'சட்' டென்று ஒரு நிமிடம் அப்படியே நின்றார்.

உள்ளே அழுகைச் சத்தம் எதுவும் கேட்கிறதா?

உள்ளிருந்து ஏதாவது சத்தம் கேட்கிறதோ என்று கற்பனை செய்தபடி, காதுகளைச் சிறிது நேரம் கூர்தீட்டி வைத்துக்கொண்டு கவனித்துக்கொண்டிருந்தார் அவர்.

பிறகு தன் தவறை உணர்ந்து கொண்டார். அப்படி எதுவுமே கேட்கவில்லை.

அப்படியென்றால் என்னதான் நடந்திருக்க முடியும்? இத்தனை துக்கமான ஒரு சூழ்நிலையில் அவள் நிச்சயம் தனியாக பர்தோமனுக்குச் சென்றிருக்க மாட்டாள். அவள் அப்படிப் போயிருந்தால் கதவு உள்ளேயிருந்து அடைத்திருக்குமா? ஆனால் ஏன் இவ்வளவு அமைதியாக... எந்தச் சத்தமுமே இல்லாமல் இருக்கிறது? அப்படியென்றால் அவள் மயக்கம் போட்டு விழுந்து விட்டாளா?

யாருக்குத் தெரியும்? ஒருவேளை பிரதிபா மயக்கம் போட்டு விழுந்து கிடக்கலாம். குழந்தை கீழே விழுந்து மண்டையை உடைத்துக்கொண்டிருக்கலாம். சே சே... சக்திபோதோ காலையில் நடந்துகொண்ட விதம்தான் எப்படி ஒரு முட்டாள்தனமானது?

கதவின் மேலிருந்த மணியை அவர் முதலில் மென்மையாக அழுத்தினார்; பிறகு சற்று வலுவாக, அதன்பிறகு இன்னும் கூடுதல் சத்தம் வரும் வகையில்...

இப்போது கதவு திறந்தது. கதவைத் திறந்தது பிரதிபாவேதான்.

மிக மிகச் சாதாரணமான வழக்கமான குரலில் "இன்னிக்கு என்ன நீங்க லேட்டா" என்று கேட்டாள் அவள்.

'லேட். ஆமாம் கொஞ்சம் லேட்டாகி விட்டதுதான்!'

வீட்டுக்குள் காலெடுத்து வைப்பதற்கு முன் சக்திபோதோ சிறிது தைரியத்தை வரவழைத்துக் கொண்டார்.

அவளுக்கு என்ன பதில் சொல்வது என்பது சக்தி போதோவுக்கு இன்னும் தெளிவாகவில்லை. அதற்குள் பிரதிபா வேறொரு விஷயத்தைப் பற்றிப் பேச ஆரம்பித்திருந்தாள்.

"இன்னிக்கு என்ன ஆச்சு தெரியுமா? நீங்க போனப்புறம் நான் அடுப்படியிலே இருந்து வந்து வெளிக்கதவைச் சாத்தப் போனேன். திடீர்னு நம்ம கோகோன் கிட்டேயிருந்து பயங்கரமா ஒரு அலறல் சத்தம். நான் அவன்கிட்டே ஓட்டமா ஓடினேன். என்ன ஆகியிருந்தது தெரியுமா? ஐயோ அம்மா! ஒரு பெரிய கறுப்பெறும்பு அவனைக் கடிச்சிட்டு அவனோட விரலிலேயே ஊர்ந்துபோச்சு. அதை அவன்மேலே இருந்து அவ்வளவு சுலபமாப் பிச்சுக்கூட எடுக்க முடியலை. கொஞ்சம் ரத்தம் கூட வந்தது. குழந்தை என்னடான்னா விடாம அழறான்! இன்னிக்கு முழுசும் 'ரெஸ்'டே இல்லை எனக்கு. பொறுமையே போனமாதிரி ஆகிப் போச்சு. வீட்டைத்தான் கொஞ்சம் பாருங்களேன். நாள் முழுக்க வீட்டைப் பெருக்கக்கூட இல்லை, என் தலையை வாரிக்கலை. சே... எப்படிப்பட்ட தொந்தரவு பிடிச்ச ஒருநாள்? கடைசியிலே ஒரு வழியா இப்பத்தான் பாபு விளையாடிக் கிட்டிருக்கான்."

ஆனால் குழம்பிப்போயிருந்த சக்திபோதோவின் பார்வையோ குழந்தை மீது படியாமல் ஜன்னல் திட்டில் போய்ப் பசை வைத்த மாதிரி ஒட்டிக் கொண்டது. அப்படி யானால் சக்திபோதோ செய்த தந்திரமான முயற்சிகளெல்லாம் வீண்தானா?

அது இன்னும் அங்கேதான் இருக்கிறதா? எப்படி வைக்கப்பட்டதோ அதே நிலையில்? ஆனால், பத்திரிகைதான் இருக்கிறது! அந்தக் கடிதம்?

கடிதம் எங்கே போயிற்று என்று இப்போது ஆராய்ந்து கொண்டிருக்க முடியாது. திடீரென்று அதை எடுத்துப் பார்ப்பதுபோல நடிப்பதும் கூட இப்போது சரிவராது. இப்போது அவர் முன்னுள்ள முக்கியமான காரியம் எறும்புக் கடிக்கு ஆளான குழந்தையைக் கவனிப்பதுதான். அதுதான் அவர்கள் இருவருக்கும் இப்போது ஏற்பட்டுள்ள பெரிய சிக்கல். அதனால் உடனே அவர் கை, கால் முகம் கழுவிக்கொண்டு குழந்தையைக் கையில் எடுத்துக் கொண்டாக வேண்டும். சூடான பூரிகள் ஆறிக்கொண்டிருப்பதாக பிரதிபா வேறு எச்சரித்துக்

கொண்டிருக்கிறாள். அவர் நிறையச் சாப்பிடாமல் போனால் அவரைச் சும்மாவிட மாட்டேன் என்றும் சொல்கிறாள்.

சரி... கொஞ்ச நேரம் கழித்து யாருமே பார்க்காத சமயத்தில், தபால்காரர் என்ன போட்டுவிட்டுப் போயிருக்கிறார் என்று பார்ப்பது போல அந்தப் பத்திரிகையையும், கடிதத்தையும் மெள்ளப்போய் எடுக்கலாம். ஆனால் பிரதிபா தன்னைப் பார்க்காமல் இருக்கும்போது மட்டுமே அதைச் செய்யவேண்டும். ஆனால் அந்தக் கடிதம் எங்கே போனது? அவர் இங்குமங்குமாய்க் கடிதத்தைத் தேடினார். ஆனால் பத்திரிகையை எடுத்த பிறகே கடிதம் எங்கே இருக்கிறது என்பது தெரிந்தது.

ஆச்சரியமாக இருக்கிறதே? சக்திபோதோ, தன் கைகளாலேயே அந்தக் கடிதத்தை எடுத்துப் பத்திரிகைக்கு மேலே வைத்திருக்கிறார். அதன் பிறகு யாருடைய கையும் அதில் படவில்லையென்றால் அது பத்திரிகைக்கு அடியில் போனது எப்படி? அதோடு அந்தத் தபால் அட்டையின் மூலையில் இப்படி ஒரு கறை படிந்திருப்பது எப்படி?

இனிமேலும் இதை ஆராய்ந்து கொண்டு பொழுதைப் போக்கிக் கொண்டிருக்க முடியாது.

கடிதத்தைக் கையிலெடுத்துக் கொண்ட சக்திபோதோ, இடியால் தாக்கப்பட்டவர்போலக் குரல் நடுங்கக் கத்தினார்.

"இதைப் பாரேன்... கொஞ்சம் இங்கே வந்து நான் என்ன சொல்றேன்னு கேளேன்? என்னது இது? உங்க சித்தப்பா இப்படி அபத்தமா என்னத்தையோ எழுதிவச்சிருக்காரே?"

பிரதிபா எதுவுமே நடக்காதது போல மிக இயல்பான முகபாவனையுடன் மெல்ல நடந்து வந்து அவர் சொல்வதைக் கேட்டாள். வழக்கமான ஆர்வத்துடன் கேட்பதைப் போலவே,

"என்ன சொல்றீங்க? பர்தோமன்லேயிருந்தா லெட்டர் வந்திருக்கு? சித்தப்பாவா எழுதியிருக்கார்? என்னது இது திடீர்னு இப்படியெல்லாம் உதவி பண்ண ஆரம்பிச்சிருக்கார்? ஆமாம், அவர் அப்படி என்னதான் எழுதியிருக்கார்? நீங்க ஏன் இப்படி அமைதியா இருக்கீங்க? அவர் என்னதான் எழுதி யிருக்கார்னு சொல்லுங்களேன்.... அதை முதல்லே சொல்லமாட்டீங்களா?"

தானும் படிப்பறிவு உள்ளவள் என்பதையே மறந்துவிட்டவள் போல இப்படிப் பேசினாள் பிரதிபா.

சக்திபோதோ, தரையில் உட்கார்ந்து கொண்டு தலையில் கை வைத்துக் கொண்டார்.

"அவர் எழுதியிருக்கிறதை என்னாலே கொஞ்சம் கூட நம்ப முடியலை. இது நிஜம்தானா...? இப்படிக் கூடவா நடந்திடும்?"

இப்போது பிரதிபா சற்றுக் கவலை தோய்ந்த முகத்துடன் தரையில் உட்கார்ந்து கொண்டாள். ஏதோ ஒரு வருத்தம் தன்னைத் தாக்க இருப்பது போல அரற்ற ஆரம்பித்தாள்.

"கொஞ்சம் தெளிவாதான் சொல்லுங்களேன்! என்னதான் ஆச்சு... என்ன எழுதியிருக்குன்னு சொல்ல மாட்டீங்களா? எனக்கு எதுவுமே புரியலியே? ஒருவேளை எங்கம்மாவுக்கு ஏதாவது...?"

சக்திபோதோ, வருத்தத்தோடு பேசினார்.

"ஆமாம் பிரதிபா! அம்மாதான் நம்மளையெல்லாம் விட்டுட்டுப் போயிட்டாங்க" ஒரு நீண்ட பெருமூச்சை வெளியேற்றிய போது அவரது நாடி நரம்புகளெல்லாம் நடுங்கிக் கொண்டிருந்தன.

பிரதிபா நெஞ்சில் அடித்துக் கொண்டு வானமே இடிந்து விழும் அளவுக்கு உரத்து ஓலமிட்டாள்.

"ஐயையோ... நீங்க என்ன சொல்றீங்க? என்கிட்டேயா அப்படிச் சொல்றீங்க? வானத்திலே இருக்கிற இடி நேரா வந்து என் தலையிலே எறங்கிட்ட மாதிரி இருக்கே?"

இப்படிப் பலவாறு கூச்சலிட்டு ஓய்ந்தபின் மயக்கம் போட்டுத் தரையில் விழுந்தாள் பிரதிபா. அவள் ஏன் அப்படி விழ மாட்டாள்? நாள் முழுவதுமே அப்படி ஒரு மயங்கிய நிலையில்தானே அவள் இருந்திருக்கிறாள்?

தண்ணீர்ப்பானையிலிருந்து குளிர்ந்த நீரை எடுத்துக்கொண்டு வந்து அவள் முகத்தில் விசிறியடித்தபடியே அந்தக் கடிதம் இருந்த இடம் உண்மையிலேயே மாறிப்போனது எப்படி என்று புரியாமல் விழித்துக் கொண்டிருந்தார் சக்திபோதோ. அந்த அஞ்சலட்டையின் ஒரு நுனியில் மஞ்சள் கறை படிந்த ஒரு விரலின் அடையாளம் அத்தனை தெளிவாகப் படிந்திருப்பது எப்படி என்றும் கூடத்தான்!

◯

● அமெரிக்கா

வசந்த காலத்து உணவுப்பட்டியல்

ஓ ஹென்றி

அது மார்ச் மாதத்தின் ஒருநாள்.

நீங்கள் கதை எழுதுவதாக இருந்தால் ஒருபோதும் அதை இப்படித் தொடங்க வேண்டாம். இதைவிடப் படுமோசமான ஒரு தொடக்கம் இருக்க முடியாது. இதில் கற்பனை வளம் இல்லை. மொண்ணையாக, வறட்சியாக... வெற்று வேட்டாக, உள்ளீடற்றதாக இருக்கிறது. ஆனாலும் கூடக் குறிப்பிட்ட இந்தச் சந்தர்ப்பத்தைப் பொறுத்தவரை இது அனுமதிக்கப்படக் கூடியதுதான். இதைத் தொடர்ந்து பின்னால் வரும் பத்திதான் கதையின் தொடக்கமாக இருந்திருக்க வேண்டும். ஆனால் போதிய வகையில் தயாரிப்பில்லாத வாசகர்களின் முன்னிலையில் பெரிதும் மிகைப்படுத்தப்பட்டதும், பொருட்படுத்தத் தேவையில்லாததுமான அதனை வெளிப்படுத்த முடியாது என்பதால் இப்படி ஒரு தொடக்கம்.

சாரா, தனக்கு முன்னால் இருந்த உணவுப்பட்டியலைப் பார்த்துக் கண்ணீர் விட்டுக்கொண்டிருந்தாள். நியூயார்க் நகரத்தில் வாழும் ஒரு பெண் மெனுகார்டைப் பார்த்துக் கண்ணீர் விடுவதைக் கொஞ்சம் நினைத்துப் பாருங்கள். ஒருக்கால் அந்தப் பட்டியலில் நண்டுகளுக்கு இடம் இல்லாமல் இருந்திருக்கலாம்; ஈஸ்டர் தவக்காலம் என்பதால் ஐஸ்கிரீம் சாப்பிடக்கூடாது என்று அவள் உறுதி எடுத்திருக்கலாம்; ஒருவேளை அவள் வெங்காயத்துக்கு ஆர்டர் கொடுத்திருக்கலாம், அல்லது அப்போதுதான் நடிகர் ஹேக்கட்டின் மதியவேளைத் திரைக்காட்சியிலிருந்து அவள் திரும்பி வந்திருக்கலாம், இப்படிப் பல வகையாக நீங்கள் ஊகம் செய்ய இடமிருந்தாலும் அவை எல்லாமே தவறானவைதான்.

தயவு செய்து கதை மேலே செல்ல அனுமதியுங்கள்!

இந்த உலகமே ஒரு சிப்பியைப் போன்றதுதான் என்றும் அதைத் தனது வாளால் திறந்து விட முடியும் என்றும் அறிவித்தவர், தன் தகுதிக்கு மீறிய பெரிய பாராட்டைப் பெற்றது உண்மைதான். வாளால் சிப்பியைத் திறப்பது கடினம் அல்ல. ஆனால் யாராவது ஒரு தட்டச்சுப்பொறியைக் கொண்டு பூமிப்பந்தைத் திறக்க முயற்சிப்பதை நீங்கள் எப்போதாவது கவனித்தீர்களா? அந்த வழியில் ஒரு டஜன் முறை அது திறக்கப் படும்வரை காத்திருக்க விரும்புகிறீர்களா?

கையாளக் கடினமான தன் ஆயுதத்தால் அந்தச் சிப்பியைப் பிளந்து உள்ளே இருக்கும் குளிர்ச்சியும் ஈரப்பதமுமான உலகத்தைச் சிறிது சிறிதாகக் குடையத் தொடங்கியிருந்தாள் சாரா. சாராவுக்குச் சுருக்கெழுத்து அதிகம் வராது. தொழிற் கல்லூரியில் பயிலும் வாய்ப்பு நழுவிப் போயிருக்காவிட்டால் அவள் சுருக்கெழுத்தில் பட்டம் பெற்றிருப்பாள். சுருக்கெழுத்து தெரியாதென்பதால் பிரகாசமான வேலை வாய்ப்புக்களை அவளால் பெற முடியவில்லை. அதனால் சுயேச்சையாகத் தட்டச்சு செய்யும் பணியை அவள் மேற்கொண்டு வந்தாள். பிரதி எடுக்கும் விதவிதமான வேலைகளைத் தேடிக் கண்டு பிடித்து அவள் செய்து வந்தாள்.

இந்த உலகத்தோடு சாரா செய்து வந்த யுத்தத்தில் மிகவும் புத்திசாலித்தனமானதும், அவளது உச்சபட்ச சாதனை என்று சொல்லக்கூடியதும் ஷூலென்பர்க் ‘வீட்டு உணவ’கத்தோடு அவள் செய்து கொண்டிருந்த ஒப்பந்தம்தான். அவள் குடியிருந்த அறை இருந்த பழைய காலத்து சிவப்புக் கட்டிடத்துக்கு அடுத்தாற் போலத்தான் அந்த உணவகமும் இருந்தது. நாற்பது செண்டுக்கு ஐந்து வகையான பதார்த்தங்களைப் பரிமாறும் உணவு மேசையில் உட்கார்ந்து ஒருநாள் மாலை சாப்பிட்டு முடித்த சாரா, கையோடு அந்த உணவுப்பட்டியல் அட்டையையும் எடுத்துச் சென்று விட்டாள். ஆங்கிலமா, ஜெர்மனா என்று வேறுபடுத்திப் பார்க்க முடியாத ஒரு மொழியில், படிக்கச் சகிக்காத முறையில் அந்தப் பட்டியல் எழுதப்பட்டிருந்தது. பட்டியலின் வரிசைமுறையும் குளறுபடியாகத்தான் இருந்தது. நீங்கள் சிறிது கவனமாக இல்லையென்றால் பல்குத்தும் குச்சியிலும், அரிசிக்கஞ்சியிலும் தொடங்கி சூப்பில் முடிக்கும்படி அதை வாசிக்க வேண்டி வரும். அதிலிருந்த வார நாட்கள் வரிசைப்படுத்தப்பட்டிருந்ததும் அப்படித்தான்.

மறுநாளே உணவு வகைகளை வரிசைப்படுத்தி அழகாகத் தட்டச்சு செய்து ஒரு சீரான மெனுகார்டைத் தயாரித்துக்கொண்டு போய் ஷூலென்பர்கிடம் காட்டினாள் சாரா. சாப்பிட

வருபவர்களை ஈர்க்கும் வகையில் சரியான தகுந்த தலைப்புக் களுக்கு அடியில் உணவுப்பொருட்களை அவள் தட்டச்சு செய்திருந்தாள். பசியைத் தூண்டுவதற்கான தொடக்கச் சிற்றுணவுகள் தொடங்கி 'சாப்பிட வருபவர்கள் மறந்துபோய் விட்டு விட்டுப் போய்விடும் குடைகளுக்கும், கோட்டுகளுக்கும் நாங்கள் பொறுப்பல்ல' என்ற வாசகம்வரை எல்லாவற்றையும் சரிவர வகைப்படுத்தி அமைத்திருந்தாள் அவள். அந்தக் கணத்திலேயே அவளிடம் அபிமானம் கொண்ட பிரஜையாகி விட்டார் ஷூலென்பர்க். அங்கிருந்து புறப்படும் முன்பு அவராகவே தன்னுடன் ஓர் ஒப்பந்தம் செய்து கொள்ளவும் வைத்து விட்டாள் அவள். அந்த உணவகத்தில் இருந்த இருபத்தோரு மேசைகளுக்கும் உரிய மெனு கார்டுகளை அவள் தினந்தோறும் தட்டச்சு செய்து கொடுக்க வேண்டும். காலை, மதியம், இரவு என ஒவ்வொரு வேளைக்கும் தனியே அவற்றைத் தயாரிக்க வேண்டும். உணவுவகைகளில் மாற்றம் செய்யும்போதும் அதற்கேற்ப அடிக்கடி நேர்த்தியாகத் தட்டச்சு செய்து தந்துவிட வேண்டும். இதற்குப் பதிலாக ஒரு நாளைக்குரிய மூன்று வேளை உணவு களையும் ஷூலென்பர்க் ஒரு பணியாள் மூலமோ சர்வர் மூலமோ சாராவுக்குத் தினமும் கொடுத்தனுப்பி விட வேண்டும். மறுநாள் ஷூலென்பர்க் வாடிக்கையாளர்கள் என்ன சாப்பிட வேண்டும் என்று விதிக்கப்பட்டிருக்கிறதோ அந்த மெனு கார்டின் வரைவை யும் தட்டச்சு செய்வதற்காக அவளுக்கு அனுப்பி வைத்துவிட வேண்டும்.

இந்த ஒப்பந்தம் இரண்டு தரப்பினருக்குமே பரஸ்பரம் வசதியாக இருந்தது. தாங்கள் என்ன உணவைச் சாப்பிடுகிறோம் என்பதே தெரியாமல் சில சமயம் குழம்பிக் கொண்டிருந்த வாடிக்கையாளர்களுக்கு அதன் பெயர் என்ன என்பதையாவது தெரிந்து கொள்ள முடிந்தது. சாராவுக்கு மிகவும் குளிரான மந்தமான காலங்களிலும் கூட உணவு கிடைத்தது. அவளைப் பொறுத்தவரையிலும் அது மிகவும் முக்கியமானது.

பிறகு சிறிது காலம் போனபின் வசந்தகாலம் வந்து விட்டதாக நாட்காட்டி பொய் சொல்லிற்று. வசந்தம் வரும் போதுதான் வரும். குறுக்கும் நெடுக்குமாக இருந்த நகர வீதி களில் ஜனவரி மாதப்பனிக்கட்டிகள் இன்னும் கூட அப்படியே அசையாமல் உறைந்து கிடந்தன. டிசம்பர் மாதத்து மனநிலையைத் தெளிவாகப் பிரதிபலிப்பது போல் அந்தப் பழைய காலத்து வசந்த காலங்களைப் பற்றி இசைக்கருவிகள் கொட்டி முழங்கிக் கொண்டிருந்தன. ஈஸ்டருக்குரிய உடைகள் வாங்குவ தற்கான சிறு சேமிப்பை மக்கள் தொடங்கியிருந்தார்கள். காவலாளிகள் நீராவியை அணைத்து விட்டார்கள். ஒருபக்கம்

இதெல்லாம் நடந்து கொண்டிருந்தாலும் ஊரென்னவோ இன்னும் கூடக் குளிர்காலத்தின் பிடியில்தான் இருந்தது.

ஒரு மதிய வேளையில் தன் நேர்த்தியான படுக்கையறையில் குளிரால் நடுங்கியபடி இருந்தாள் சாரா. வீட்டைச் சூடேற்றியாயிற்று, எல்லாவற்றையும் துல்லியமாய்ச் சுத்தம் செய்து எல்லா வசதிகளும் செய்து கொண்டாயிற்று, ஷூலென்பர்க் உணவகத்துக்கான மெனு கார்ட் தயாரிப்பதைத் தவிர சாராவுக்கு இப்போது வேறெந்த வேலையும் இல்லை. மெதுவாக முனகியபடி அசைந்து கொண்டிருந்த சாய்வு நாற்காலியில் அமர்ந்தபடி ஜன்னலுக்கு வெளியே பார்த்துக்கொண்டிருந்தாள் சாரா. 'சாரா இதோ பார் வசந்தம்... வசந்தம் வந்து விட்டேன் பார், என் கண்கள் அதைக் காட்டவில்லையா உனக்கு? நீ நல்ல அழகான வடிவோடு இருக்கிறாய் சாரா! வசந்த காலத்துக்கு ஏற்ற வடிவம், ஆனால்... ஏன் இவ்வளவு சோகத்தோடு ஜன்னலுக்கு வெளியே பார்த்துக் கொண்டிருக்கிறாய்' என்று சுவரில் இருந்த நாட்காட்டி அவளைப் பார்த்துக் கரைந்துகொண்டிருந்தது.

சாராவின் அறை வீட்டின் பின்பகுதியில் இருந்தது. அங்கிருந்து அவளது ஜன்னல் வழி பார்த்தால் அடுத்த தெருவில் இருக்கும் பெட்டிகள் தயாரிக்கும் தொழிற்சாலையின் ஜன்னல்கள் இல்லாத செங்கல் சுவர் கண்ணில் படும். அந்தச் சுவர் மிகத் தெளிவாக, படிகம் போல் இருந்தது. செர்ரி மரங்களும் உயரமான எல்ம் மரங்களும் அடர்ந்து பரவி நிழல் தந்து கொண்டிருக்கும் புல்வெளிபோர்த்திய தெருவையும் குனிந்து பார்ப்பாள் சாரா. ராஸ்ப்பெரி புதர்களும், செரோகி ரோஜா மலர்ச்செடிகளும் அந்தத் தெருவுக்குக் கரை கட்டியது போல் இருக்கும்.

வசந்தத்தின் வரவைக் குறித்துக் கட்டியம் கூறும் முன்னோட்டங்கள் கண்ணாலும் காதாலும் நுகர முடியாத அளவுக்கு மிகவும் நுட்பமானவை. அவற்றுள் சில, பூக்கும் குரோக்கஸாகவோ, சிறு தண்டுகளைத் துளிர்க்க வைக்கும் டாக்வுட் மரங்களாகவோ அல்லது நீலப்பறவையின் குரலாகவோ இருக்கலாம். பசுமையின்றி வறண்டு கிடக்கும் பூமிக்கு வசந்தத்தை வரவேற்றபடி, அதன் வருகையை நினைவூட்டியபடி கைகுலுக்கி விடைபெறும் மரக் கோதுமை யாகவோ சிப்பியாகவோ கூட இருக்கலாம். ஆனால் பழமை யான பூமியின் மிக விருப்பமான உறவினருக்கு அவர்களாகத் தேர்ந்து கொள்ளும்வரை மாற்றாந்தாய் மக்கள் என்று

யாருமில்லை என்பதை உணர்த்தும் வகையில் அவரது புதிய மணமகளிடமிருந்து நேரடியாக, இனிமையான செய்திகள் வந்துகொண்டுதான் இருக்கின்றன.

போன கோடைக் காலத்தில் கிராமத்துக்குச் சென்றிருந்த போது அங்கிருந்த ஒரு விவசாயியின் மீது காதல் வயப்பட்டாள் சாரா. (நீங்கள் கதை எழுதும்போது இப்படி ஒருநாளும் பின்னோக்கிப் போகாதீர்கள். அது கலை வடிவத்தைச் சிதைத்து ஆர்வத்தையும் குலைத்து விடுகிறது, கதை தன் போக்கில் வளர்ந்து கொண்டு செல்லட்டும்.)

சாரா சன்னிப்ரூக் பண்ணையில் இரண்டு வாரம் தங்கியிருந்தாள். அப்போது ஃப்ராங்க்லின் என்ற வயதான விவசாயியின் மகன் வால்டரைக் காதலிக்கக் கற்றுக்கொண்டாள். பொதுவாக விவசாயிகள் காதலிப்பார்கள், கல்யாணமும் செய்து கொள்வார்கள். ஆனால் குறுகிய காலத்திலேயே அது வறண்டு போய்விடும். ஆனால் இளைஞனான வால்டர் ஃப்ராங்க்லின், ஒரு நவீன விவசாயி. அவனது மாட்டுப்பண்ணையில் ஒரு தொலைபேசி இருந்தது. தேய்பிறைக் காலத்தில் பயிரிடப்படும் உருளைக்கிழங்குகள் மீது கனடாவின் அடுத்த ஆண்டு கோதுமை விளைச்சல் எப்படிப்பட்ட தாக்கத்தைச் செலுத்தும் என்பதைக்கூட அவனால் துல்லியமாகச் சொல்ல முடியும்.

ராஸ்ப்பரி புதர்கள் மண்டிய நிழல் அடர்ந்த பகுதி ஒன்றிலேதான் வால்டர் அவள் மனதைக்கவர்ந்தான், அவளை வென்றான். அவர்கள் இருவருமாய்ச் சேர்ந்து அமர்ந்து அவள் கூந்தலில் சூடுவதற்கான டேண்டலைன் மலர்களைத் தொடுத்தார்கள். அந்த மஞ்சள் நிற மலர்கள் அவளது பழுப்பு நிற உடையில் எவ்வளவு எடுப்பாகத் தோன்றுகின்றன என்று வஞ்சகமில்லாமல் புகழ்ந்து தள்ளினான் அவன். அவள் தன் தலைக்கிரீடத்தை அங்கேயே விட்டு விட்டுக் கைகளில் தனது வைக்கோல் தொப்பி ஊசலாட, அங்கிருந்து அகன்றாள்.

வசந்த காலத்தில் வசந்தத்தின் அறிகுறிகள் தென்படத் தொடங்கிய உடனேயே அவர்களது திருமணம் நிகழும் என்று வால்டர் சொல்லியிருந்தான். சாராவும் தன் தட்டச்சுக்கருவியை எடுத்துக்கொண்டு வேலை செய்வதற்காக நகரத்துக்குத் திரும்பி வந்து விட்டாள்.

அந்த மகிழ்ச்சியான நாட்களின் நினைவுகளில் மிதந்து கொண்டிருந்த சாராவை வாசல் கதவை எவரோ தட்டும் ஓசை கலைத்துப்போட்டது. தட்டச்சு செய்வதற்காக மறுநாளின்

மெனு கார்டை எடுத்து வந்திருந்தான் ஷூலென்பர்க் பணியாளன். ஷூலென்பர்கின் கோணல்மாணலான கையெழுத்தில் பென்சிலால் எழுதப்பட்டிருந்த வரைவு அது.

சாரா டைப்ரைட்டரில் உட்கார்ந்து அதன் உருளைகளுக்கு இடையே ஒரு அட்டையைச் செருகினாள். பொதுவாகவே அவள் விரைவாகத் தட்டச்சு செய்பவள். ஒன்றரை மணி நேரத்தில் இருபத்தோரு மெனுகார்டுகளும் தட்டச்சு செய்யப்பட்டுத் தயாராகி விட்டன.

இன்றைய உணவுப்பட்டியலில் வழக்கத்தை விட அதிக மாற்றங்கள் இருந்தன. சூப் வகைகள் மிதமானவையாக இருந்தன. பட்டியலிலிருந்து போர்க் நீக்கப்பட்டிருந்தது. வறுத்த உணவுகளில் ரஷ்ய டர்னிப்புக்கு மட்டுமே இடம் இருந்தது. மெனுகார்ட் முழுக்க முழுக்க வசந்த காலத்துக்கேற்றபடியே அமைந்திருந்தது.

சமீப காலம்வரை பசுமையான மலைப்பரப்புக்களில் துள்ளி ஓடிக்கொண்டிருந்த ஆட்டுக்குட்டிகள் உணவுக்காகச் சுரண்டப்பட்டு, அவற்றின் களியாட்டத்தை நினைவு கூர்ந்து பெருமைப்படுத்தும் வகையில் மெனு கார்டில் சாஸுடன் இடம் பெற்றிருந்தன. இசைபாடும் சிப்பிகள் ஒரேயடியாய் இல்லாமல் போகவில்லை, ஆனால் அவற்றின் மீது கொண்ட அன்பினால் ஏதோ கொஞ்சம் மட்டுமே இருந்தன. வறுக்கும் வாணலிக்கு அதிகம் வேலை இல்லை, அது பிராய்லெர் கம்பிகளுக்குப் பின்னால் பயன்படுத்தப்படாமல் கிடந்தது. 'பை' எனப்படும் உணவு வகைகள் மிக அதிகமாக இருந்தன. செழுமையான புட்டிங் வகைகள் இடம் பெற்றிருக்கவில்லை. மரக் கோதுமையுடனும் இனிப்பான மேப்பிளுடனும் அலங்காரத்துணி போர்த்தப்பட்டு வைக்கப்பட்டிருந்த இறைச்சி வகைகள், மரணத்தை நினைவுபடுத்துவது போல் இருந்தன.

கோடைக்காலத்து நீரோடை மீது துள்ளிக் குதித்துக் கொண்டிருக்கும் குட்டிப் பையன்களைப்போல் சாராவின் விரல்கள் தட்டச்சுக்கருவியின் மீது நடனமாடிக்கொண்டிருந்தன. உணவு வகைகளைத் தெளிவாக மனதில் வாங்கிக்கொண்டு ஒவ்வொன்றுக்கும் பொருத்தமான இடம் ஒதுக்கியபடி தட்டச்சு செய்தாள் அவள். இனிப்பு வகைகளுக்கு முன்னால் காய்கறிகளின் பட்டியலைச் சேர்த்தாள். காரட், பட்டாணி, சதாவரிக் கிழங்கு, எப்போதும் கிடைக்கும் உருளைக்கிழங்கு, சோளம், சக்கோடாஷ், லீமா பீன்ஸ், முட்டைக்கோஸ்... இன்னும் இன்னும்..

மெனு கார்டின் மீது கண்ணீர் விட்டாள் சாரா. இதயத்திலிருந்து குமுறி எழுந்த ஆழமான ஆத்ம வேதனை அவள் கண்களில் கண்ணீராய்த் தேங்கி நின்றது. தட்டச்சுக் கருவியின் மீது தலையைக் கவிழ்த்துக்கொண்டாள். அவளது அழுகைக்கும் குமுறலுக்கும் ஏற்றபடி தட்டச்சுப்பொறியின் விசைப்பலகையும் சோகமாக ஓலமிட்டுக் கொண்டிருந்தது.

இரண்டு வாரங்களாக வால்டரிடமிருந்து அவளுக்குக் கடிதம் எதுவும் வரவில்லை. மேலும், உணவுப்பட்டியலின் அடுத்த பொருள் டேண்டலைனாக இருந்தது. டேண்டலைனும், ஏதோ ஒரு வகை முட்டையும். முட்டையைக்கூட விட்டுத் தள்ளி விடலாம். ஆனால் தன் காதல் அரசிக்கு, வருங்கால மணமகளுக்கு எந்தப் பொன்மயமான மலர்களால் வால்டர் மகுடம் சூட்டினானோ அதே டேண்டலைன். அந்தப் பூக்கள் வசந்தத்துக்குக் கட்டியம் கூறுபவை; இப்போதோ அவளது மகிழ்ச்சியான நாட்களை நினைவுபடுத்தியபடி அவை அவளது துயரத்துக்கு மகுடம் சூட்டிக்கொண்டிருந்தன.

மேடம், நீங்கள் இந்தச் சோதனையை எதிர்கொள்ளும்வரை புன்னகையோடு இருக்க நான் உங்களுக்குத் தைரியம் தருகிறேன்: பெர்சியிடம் உங்கள் இதயத்தை அளித்த அந்த இரவில் பெர்சி உங்களுக்காகக் கொண்டு வந்த மரேஷல் நீல ரோஜாக்கள், ஷூலென்பர்க் உணவு மேசையில் உங்கள் கண்களுக்கு முன்பாக பிரெஞ்சு முறைப்படி அலங்கரிக்கப்பட்டு சாலட்டாகப் பரிமாறப் படட்டும். தன் காதல் காணிக்கைகள் அவமதிக்கப் படுவதை ஜூலியட் பார்த்திருந்தாலுமே கூட, ஒரு மருந்தகத்தின் துணையோடு உயிர் கொல்லும் மூலிகைகளை நாடி விரைந்து போயிருப்பாள்.

ஆனாலும் கூட இந்த வசந்தம்தான் எப்படிப்பட்ட ஒரு சூனியக்காரி! கல்லாலும் இரும்பாலும் ஆன குளிர் மிகுந்த இந்தப் பெரிய நகரத்தில் ஒரு செய்தி அனுப்பப்பட வேண்டும். கரடுமுரடான வயல்வெளிகளையும், அதன் மீது படிந்திருக்கும் சொரசொரப்பான பச்சை நிறப் போர்வையையும் அங்கு வீசும் மிதமான காற்றையும் தவிர அந்தச் செய்தியைக் கொண்டு போக வேறு எவரும் இல்லை. சிங்கத்தின் பல் என்று ஃபிரெஞ்சு சமையல்காரர்கள் குறிப்பிடும் டேண்டலைன் அதிருஷ்டத்தின் உண்மையான தூதுவர். பூக்களாய்ப் பூத்துச் சொரியும் வேளையில், காதலியின் லேசான பழுப்புக்கலந்த முடியில் மலர்க்கிரீடம் சூட்டத் துணை வந்தபடி அவர் காதலர்களுக்கு உதவுவார். அரும்பாக, முழு மலர்ச்சி அடைந்திராத நிலையில்

கொதி நிலைக்குச் சென்று தனது மதிப்புக்குரிய எஜமானியின் வார்த்தையை வழங்குவார்.

சாரா சிறிது சிறிதாகத் தன் கண்ணீரைக் கட்டுப்படுத்திக் கொண்டாள். மெனு கார்டுகளைத் தயாரித்து முடிக்க வேண்டும். ஆனாலும் டேண்டலைன் பற்றிக்கண்ட கனவின் மிக மெல்லிதான பொன்னிழை அவளுக்குள் இன்னும் தங்கியிருந்ததால் தன் எண்ணங்களை அந்த இளம் விவசாயியுடன் கழித்த புல்வெளியில் ஓடவிட்டபடி சிறிது நேரம் ஏதோ அநிச்சையாக டைப் செய்து கொண்டிருந்தாள். ஆனாலும் வெகு விரைவிலேயே அதிலிருந்து தன்னை மீட்டுக்கொண்டு பாறை போன்ற தெருக்களைக்கொண்ட மன்ஹாட்டனுக்குத் திரும்பியபடி தன் தட்டச்சுக்கருவியால் ஓசை எழுப்பத் தொடங்கி விட்டாள். அதுவும் வேலை நிறுத்தத்தில் கலந்து கொள்ளாதவனின் மோட்டார் கார் போல குதித்தோட ஆரம்பித்து விட்டது.

ஆறுமணியளவில் அவளது உணவை எடுத்து வந்து தந்து விட்டு மெனுகார்டுகளை வாங்கிக்கொண்டு சென்றான் பணியாள். சாப்பிட உட்கார்ந்த சாரா டேண்டலைனுடன் வேறு பொருட்களைக் கலந்து தயாரிக்கப்பட்டிருந்த உணவு வகையை ஒரு பெருமூச்சோடு தள்ளி வைத்தாள். பிரகாசமாக மின்னியபடி காதலின் அடையாளமாய்த் திகழ்ந்த மலர் இப்படிக் காய்கறியாய்ச் சுருங்கிப் போய்க் கரிய நிற உணவாக மாறிவிட்டது போல் அவள் கொண்டிருந்த நம்பிக்கைகளும் உதிர்ந்து வாடிப்போய் விட்டன. ஷேக்ஸ்பியர் சொல்வதைப்போல் காதல் என்பது தன்னைத் தானே உண்டுகொள்ளும் போல் இருக்கிறது. ஆனால் இதயத்தில் கொண்ட நேசத்துக்கு வைக்கப்பட்ட ஆன்மீக விருந்தைப்போல அலங்காரமாக அவளுக்கு அணிவிக்கப்பட்ட டேண்டலைன் மலர்களைச் சாப்பிடுவது மட்டும் அவளால் முடியவில்லை.

ஏழரை மணி அளவில் அடுத்த அறையிலிருந்த ஜோடி சத்தம் போட ஆரம்பித்தது. அவளது அறைக்கு மேல் குடியிருந்தவன் தன் புல்லாங்குழலை வாசிக்க ஆரம்பித்தான். நீராவி சற்றே தணிந்திருந்தது. நிலக்கரி ஏற்றிவந்த மூன்று வண்டிகளிலிருந்து பாரம் இறக்கப்பட்டுக்கொண்டிருந்தது. ஒலிப்பதிவுக்கருவிகள் பொறாமை கொள்ளும் ஒரே ஓசை அதுதான். பின்பக்க வேலியிலிருந்த பூனைகள் தங்கள் பதுங்கு குழிகளுக்குள் முடங்கிக்கொள்ளத் தொடங்கியிருந்தன. தான் வழக்கமாய்ப் படிக்கும் நேரம் அது என்பதை இந்த

அடையாளங்களை வைத்து உணர்ந்து கொண்டாள் சாரா. அந்த மாதத்தில் விற்பனையாகாத சிறந்த புத்தகமான 'தி க்ளோஸ்டர் அண்ட் தி ஹார்த்' தைப் பிரித்து வைத்துக் கொண்டாள். தன் கால்களைத் தூக்கி டிரங்குப்பெட்டியின் மீது வைத்தபடி ஜெரார்டுடன் சஞ்சரிக்க ஆரம்பித்தாள்.

வாயிற்பக்கத்து அழைப்பு மணி ஒலித்தது. வந்திருப்பது யாரென்று பார்த்தாள் வீட்டின் சொந்தக்காரி. ஜெரார்டையும் டெனிஸையும் ஒரு கரடியோடு மரத்தடியில் விட்டு விட்டு வந்த சாரா, யாரென்று தானும் பார்த்தாள். ஆமாம்! அவள் இடத்தில் நீங்கள் இருந்திருந்தாலும் அதைத்தான் செய்திருப்பீர்கள்.

கீழ் ஹாலில் ஒரு கனத்த குரல் கேட்கவும் சாரா கதவை நோக்கித் துள்ளிக்குதித்து ஓடினாள். அவள் கையிலிருந்த புத்தகம் தரையில் கிடந்தது. முதல் சுற்று கரடிக்கு வசமாயிற்று.

நீங்கள் ஊகித்தது சரிதான். அவள் மாடிப்படிக்குச் செல்வதற்கும், அவளது காதலனான அந்த விவசாயி படியேறி மேலே வருவதற்கும் சரியாக இருந்தது. மூன்றே தாவலில் மேலே வந்து சேர்ந்த அவன் எதையும் விட்டு வைக்காமல் அவளை அப்படியே அறுவடை செய்துகொண்டான்.

"ஏன் நீங்கள் கடிதமே எழுதவில்லை" என்று சிணுங்கினாள் சாரா.

"நியூயார்க் ஒரு மிகப் பெரிய நகரம்" என்றபடி பேச ஆரம்பித்தான் வால்டர்.

"நான் ஒரு வாரத்துக்கு முன்னாலேயே உன் பழைய முகவரிக்கு வந்து விட்டேன். வியாழக்கிழமை நீ அந்த இடத்தை விட்டுப் போய்விட்டாய் என்று சொன்னார்கள். சிலருக்கு அது ஆறுதலாக இருந்திருக்கும். வெள்ளிக்கிழமை துரதிருஷ்டம் ஏற்படுவதை அது தடுக்கிறதல்லவா? ஆனால்... காவல் துறை மூலமும் வேறு சில வழிகளிலும் நான் தொடர்ந்து உன்னைத் தேடி வேட்டையாடிக்கொண்டுதான் இருந்தேன்."

"நான் உங்களுக்குக் கடிதம் எழுதியிருந்தேன்" என்று உறுதியாகச் சொன்னாள் சாரா.

"அது எனக்கு வரவே இல்லையே."

"பிறகு என்னை எப்படிக் கண்டுபிடித்தீர்கள்?"

இளைஞனான அந்த விவசாயி ஒரு வசந்தகாலப் புன்னகையை உதிர்த்தான்.

“இன்று மாலை பக்கத்திலுள்ள உணவு விடுதிக்கு நான் போயிருந்தேன்” என்றபடி பேசத்தொடங்கினான் அவன்.

“இந்த சீஸனுக்கேற்ற பசுமையான காய்கறி உணவு வகை வேண்டுமென்று நான் ஆசைப்பட்டேன். மற்றவர்களிடம் அது பற்றி விசாரிக்காமல் அழகாகத் தட்டச்சு செய்யப்பட்டிருந்த மெனு கார்டில் பார்வையை ஓட்டியபடி அப்படி ஏதாவது இருக்கிறதா என்று வரிசைப்படி பார்த்துக்கொண்டு வந்தேன். முட்டைக் கோஸுக்குக் கீழே பார்த்ததும் என் நாற்காலியைத் தள்ளிவிட்டு விட்டு உணவக உரிமையாளரிடம் ஓடிப்போய் அவரைத் துளைத்தெடுத்தேன். நீ இருக்கும் இடத்தை அவர் எனக்குச் சொல்லி விட்டார்.”

“ஆமாம், எனக்கு ஞாபகம் இருக்கிறது. முட்டைக்கோஸுக்குக் கீழே டேண்டலைன்தான் இருந்திருக்கும்” என்று சந்தோஷப் பெருமூச்சு விட்டாள் சாரா.

“இந்த உலகத்தின் எந்த மூலையில் இருந்தாலும் உன் டைப் ரைட்டர் பெரிய டபுள்யூவை எப்படிக் கிறுக்குத்தனமாக வரிசைக்கு மேல் வரும்படி அடிக்கும் என்பது எனக்குத் தெரிந்ததுதானே?”

“அதை எதற்கு இப்போது சொல்கிறீர்கள்? ஆமாம், டேண்டலைனில் டபிள்யூ எங்கே இருக்கிறது?”

அந்த இளைஞன் தன் சட்டைப்பையிலிருந்து மெனு கார்டை எடுத்து அதிலிருந்த ஒரு வரியை அவளிடம் சுட்டிக் காட்டினான்.

அன்று மதியம் தன்னால் தட்டச்சு செய்யப்பட்ட முதல் உணவுப்பட்டியல் அது என்பதை அடையாளம் கண்டு கொண்டாள் சாரா. அதன் வலதுபுற மூலையில் கண்ணீர்க்கறை படிந்த அடையாளம் கூட லேசாக இருந்தது.

ஆனால் அவள் நெஞ்சில் எப்போதும் தொத்திக் கொண்டிருக்கும் பொன்மயமான பூக்களைக்கொண்ட அந்தப் புல்வெளித் தாவரத்தின் பெயர் இருந்திருக்க வேண்டிய இடத்தில் அவளது விரல்கள் வித்தியாசமான வேறு சில எழுத்துக்களை அழுத்தி விட்டிருந்தன.

மெனுகார்டில் சிவப்பு முட்டைக்கோஸ் உணவுக்கும், பச்சை மிளகை வைத்துச் செய்யப்பட்ட பண்டத்துக்கும் இடையே ‘அன்புள்ள வால்டர், வேக வைத்த முட்டையுடன்’ என்று டைப் செய்யப்பட்டிருந்தது.

● பிரெஞ்ச்

மேபெல்

சாமர்செட்மாம்

நான் பர்மாவிலுள்ள பேகன் நகரத்தில் இருந்து மேண்டலே செல்வதற்காக நீராவிக்கப்பலில் பயணித்தேன். அங்கே சென்று சேர இரண்டு நாட்கள் இருக்கும்போது இரவுநேர ஓய்வுக்காக ஆற்றங்கரை ஓரமாக இருக்கும் ஒரு கிராமத்தில் கப்பலை நிறுத்தி வைத்திருந்தார்கள். அப்போது நானும் கரையில் இறங்கிப் பார்க்கத் தீர்மானித்தேன்.

அங்கே ஒரு நல்ல கிளப் இருப்பதாகவும், அங்கே உள்ளவர்கள் இப்படிக் கப்பலில் இருந்து இறங்கிவரும் முகமறியாத மனிதர்களோடு அடிக்கடிப் பழகிப்போனவர்கள் என்பதால் நான் வீட்டில் இருப்பது போல் அங்கே உணர முடியும் என்றும் கப்பல் கேப்டன் சொன்னார். ஒருக்கால் அங்கே என்னால் ப்ரிட்ஜ் (சீட்டு விளையாட்டு) விளையாடக்கூட முடியலாம்.

எனக்கு வேறு வேலை எதுவும் இல்லாததால் கரையில் காத்துக்கொண்டிருந்த மாட்டுவண்டி ஒன்றில் ஏறிக்கொண்டு கிளப்பை நோக்கிச் சென்றேன். வராந்தாவில் அமர்ந்திருந்த ஒரு மனிதன் என்னை வரவேற்றுத் தலையசைத்தான். விஸ்கி, சோடா, ஜின் போன்ற மது வகைகளில் எனக்கு எது வேண்டும் என்று கேட்டான். ஒருவேளை எனக்கு இவை எதுவுமே தேவைப்படாமலும் போகலாம் என்பது மட்டும் அவனுக்குத் தோன்றவில்லை.

நான் உயரமான கிளாசில் சற்று நீண்ட நேரம் பருகக்கூடிய பானம் ஒன்றைத் தேர்ந்து எடுத்துக்கொண்டு அங்கே அமர்ந்து கொண்டேன்.

அந்த மனிதன் பழுப்பு நிறத் தோலுடனும் பெரிய மீசையுடனும் மெலிவாக உயரமாக இருந்தான். காக்கிச் சட்டையும் அதே நிறக்கால் சட்டையும் அணிந்திருந்தான். அவன் பெயர் எனக்குத் தெரியவில்லை. நாங்கள் இருவரும் சற்று நேரம் உரையாடிக் கொண்டிருந்தோம்.

அப்போது அங்கே வந்த இன்னொரு மனிதர் தன்னைக் கிளப்பின் செயலாளர் என்று அறிமுகப்படுத்திக் கொண்டார். என்னோடு ஏற்கனவே பேசிக்கொண்டிருந்த நபரை ஜார்ஜ் என்று அழைத்தார்.

"உன் மனைவியிடமிருந்து எதுவும் செய்தி வந்ததா" என்று அவனைக் கேட்டார். அவன் கண்கள் அதைக் கேட்டதும் பிரகாசம் அடைந்தன.

"ஆமாம். எனக்கு அஞ்சலில் கடிதங்கள் வந்துகொண்டுதான் இருக்கின்றன. அதை அவள் விடாமல் செய்துகொண்டுதான் இருக்கிறாள்."

"நீங்கள் வருத்தப்பட வேண்டாம் என்று அதில் சொல்ல வில்லையா."

ஜார்ஜ் அதைக் கேட்டு அமைதியாகச் சிரித்துக்கொண்டான், அதில் மிக லேசான துயரத்தின் நிழல் தென்படுவது போல் எனக்குத் தோன்றியது... அல்லது ஒருக்கால் நான்தான் அப்படித் தவறாகப் புரிந்து கொண்டு விட்டேனோ?

"உண்மையில் அவள் அப்படித்தான் எழுதியிருக்கிறாள். ஆனால், செய்வதைவிட சொல்வது எப்போதுமே சுலபம்தானே? அவள் ஒரு விடுமுறையை விரும்புவது எனக்குத் தெரியும். அவளுக்கு அது தேவை என்பதையும் நான் அறிந்திருக்கிறேன். ஆனாலும் எனக்கு மிகவும் கடினமாகத்தான் இருக்கிறது" என்றபடி என் பக்கம் திரும்பினான் அவன். "உங்களுக்கு ஒன்று தெரியுமா, முதல் முறையாக இப்போதுதான் என் மனைவியை விட்டுப் பிரிந்திருக்கிறேன். அவள் என்கூட இல்லாததால் தொலைந்து போன நாய்க்குட்டியைப் போல உணர்கிறேன்."

"உங்களுக்குத் திருமணம் ஆகி எத்தனை காலமாயிற்று?"

"ஐந்து நிமிடங்கள்..."

கிளப் செயலாளர் அதைக் கேட்டுவிட்டுச் சிரித்தார்.

"ஜார்ஜ், முட்டாள்தனமாய் உளறாதே. உனக்குக் கல்யாணமாகி எட்டு வருடங்கள் ஓடிவிட்டன."

அதன்பிறகு நாங்கள் தொடர்ந்து சிறிது நேரம் பேசிக் கொண்டிருந்தோம். தன் கைக்கடிகாரத்தைப் பார்த்த ஜார்ஜ் தான் போய் உடை மாற்றி இரவுச் சாப்பாட்டுக்கு ஆயத்தமாக வேண்டும் என்று சொல்லியபடி எங்களிடமிருந்து விடை பெற்றுக்கொண்டான்.

"இப்போது அவன் தனியாக இருப்பதால் நாம் அவனிடம் என்ன வேண்டுமானாலும் கேட்கலாம்" என்றார் செயலாளர்.

"மனைவி ஊருக்குப் போனதிலிருந்தே அவன் மிகவும் வருத்தமாய், சுரத்தில்லாமல்தான் இருக்கிறான்."

"கணவன் தன் மீது இவ்வளவு அன்பாய் இருக்கிறான் என்பது தெரிந்தால் அந்த மனைவிக்கு மிகவும் சந்தோஷமாக இருக்கும்."

"அந்த மேபெல் இருக்கிறாளே அவள் ஒரு அபாரமான பெண்மணி."

அவர் பரிமாறுபவனை அழைத்து இன்னும் சில மதுபானங்களுக்கு ஆர்டர் கொடுத்தார். விருந்து உபசாரம் சிறப்பாக இருக்கும் இந்த மாதிரி இடத்தில். உங்களுக்கு என்ன வேண்டும் என்றெல்லாம் அவர்கள் கேட்டுக் கொண்டிருப்பதில்லை. அவர்களாகவே அதைத் தீர்மானித்து விடுகிறார்கள். தனது நீளமான நாற்காலியில் உட்கார்ந்து சுருட்டு ஒன்றைப்பற்ற வைத்துக்கொண்டார் அவர். பிறகு, ஜார்ஜ் மேபெல் கதையை எனக்குச் சொல்லத் தொடங்கினார்.

விடுமுறைக்காக ஜார்ஜ் சொந்த ஊருக்குப் போயிருந்தபோது அவனுக்குத் திருமணம் நிச்சமாயிற்று. அவன் பர்மா திரும்பி வந்தபின் அடுத்த ஆறுமாதங்களுக்குள் அவள் அவனிடம் வந்து சேர்ந்துவிட வேண்டும் என்று ஏற்பாடு செய்யப்பட்டது. ஆனால் அடுத்தடுத்து ஏதோ ஒரு சிக்கல் முளைத்துக்கொண்டே இருந்தது. மேபெலின் தந்தை காலமானார், போர் வந்து விட்டது. ஒரு வெள்ளைக்காரப் பெண்மணிக்கு ஒத்துவராத ஏதோ ஒரு தொலைதூர மாகாணத்துக்கு ஜார்ஜ் அனுப்பப் பட்டான், இப்படி ஏதேதோ பிரச்சினைகள். அதனால், தான் இருந்த இடத்திலிருந்து கிளம்ப மேபெலுக்கு ஏழு வருடங்கள்

ஆகிவிட்டன. அவள் வந்து இறங்கிய நாளன்றே திருமணம் நடப்பதற்கான எல்லா ஏற்பாடுகளையும் செய்து வைத்துவிட்டு அவளை அழைத்து வருவதற்காக ரங்கூனுக்குக் கிளம்பினான் ஜார்ஜ். கப்பல் வந்து சேரும் நாளில் ஒரு மோட்டார் காரை வாடகைக்கு எடுத்துக் கொண்டு துறைமுகத்துக்குச் சென்றான், கரையைக் காலால் அளந்தபடி அங்கே நடந்து கொண்டிருந்தான். அப்போது திடீரென்று எந்த முன்னெச்சரிக்கையும் இல்லாமல் அவனது துணிச்சல் அவனிடமிருந்து கைநழுவிப்போயிற்று. அவன் மேபெலைப் பார்த்து ஏழு ஆண்டுகள் ஆகிவிட்டன. அவள் எப்படி இருப்பாள் என்பதே அவனுக்கு மறந்து போயிருந்தது. அவள் இப்போது முழுக்க முழுக்க அவன் அறிந்திராத வேறொருத்தியாகத்தான் இருப்பாள். அடிவயிற்றில் இனம் புரியாத பயங்கரமான ஏதோ ஒரு சங்கடம் பிசைவது போல இருந்தது. கால்கள் துவண்டன. அவனால் அதைச் செய்ய முடியாது... அதற்காக மேபெலிடம் அவன் மன்னிப்புக் கேட்க வேண்டும்தான். ஆனால், அவளைத் திருமணம் செய்து கொள்வது மட்டும் அவனால் நிச்சயம் முடியாது. ஆமாம்... கட்டாயம் அது முடியாது. ஆனால் ஏழு வருடத்துக்கு முன்பே தனக்காக நிச்சயிக்கப்பட்டுக் காத்திருந்த ஒரு பெண்ணிடம், தன்னைத் தேடிக்கொண்டு ஆறாயிரம் மைல்கள் பயணம் மேற்கொண்டு வரும் ஒரு பெண்ணிடம் ஒரு மனிதனால் அதை எப்படிச் சொல்ல முடியும்? அதற்கான தைரியமும் அவனிடம் இல்லை. விரக்தி மேலீட்டால் எழுந்த ஏதோ ஒரு அசட்டுத் துணிச்சல் அவனை ஆட்கொண்டது. கப்பல் துறையில் சிங்கப்பூர் கிளம்புவதற்கான படகு ஒன்று ஆயத்த நிலையில் நின்று கொண்டிருந்தது. மேபெலுக்கு வேகவேகமாக ஒரு கடிதம் எழுதிப்போட்டு விட்டு ஒரு துரும்பைக்கூடக் கையில் எடுத்துக்கொள்ளாமல் அப்படியே உடுத்திய துணியோடு சிங்கப்பூர் செல்லும் படகில் ஏறிக்கொண்டான் அவன்.

மேபெலுக்குக் கிடைத்த கடிதத்தில் இவ்வாறு எழுதப் பட்டிருந்தது.

‘அன்புள்ள மேபெல், வியாபார நிமித்தமாய் அவசரமாய் ஓர் அழைப்பு என்பதால் செல்கிறேன், எப்போது திரும்பி வருவேன் என்று சொல்ல முடியாது. நீ இங்கிலாந்துக்குத் திரும்பிச் செல்வதே நல்லதென்று நினைக்கிறேன். என்னுடைய

திட்டங்கள் மிகவும் நிச்சயமில்லாமல் இருப்பதால் தீர்மானமாக எதையும் சொல்ல முடியவில்லை.

உன் அன்புக்குரிய ஜார்ஜ்.'

ஆனால் ஜார்ஜ் சிங்கப்பூரை அடைந்தபோது அவனுக்காக அங்கே ஒரு தந்தி காத்துக்கொண்டிருந்தது.

'நன்றாகப் புரிந்துகொள்கிறேன், கவலை வேண்டாம். அன்புடன் மேபெல்.'

திகில், அவனது புலன்களைக் கூர்மையாக்கியது.

"அடக் கடவுளே, அவள் என்னைத் துரத்திக்கொண்டே வருகிறாள் போலிருக்கிறதே."

ரங்கூனில் உள்ள அஞ்சலகத்துக்கு அவன் தந்தி கொடுத்தான். அங்கிருந்து சிங்கப்பூர் செல்லும் கப்பலில் உள்ள பயணிகளின் பட்டியலில் அவள் பெயரும் இருக்கக்கூடும் என்று அவன் உறுதியாக நம்பினான். இனி ஒரு நொடியைக் கூட வீணாக்க முடியாது. அவன் பாங்காக்குச் செல்லும் ரயிலில் தாவி ஏறிக் கொண்டான். ஆனாலும் கூட அவனுக்குப் பதட்டமாகத்தான் இருந்தது. அவன் பாங்காக் சென்றிருப்பான் என்று கண்டுபிடிப்பதில் அவளுக்கு எந்தச் சிக்கலும் இருக்காது; அவனைப்போலவே ஒரு ரயில் பிடித்துப் பின்னாலேயே வருவதும் அவளுக்குச் சுலபம்தான்.

அதிருஷ்டவசமாக மறுநாள் ஒரு ஃபிரெஞ்சுக்கப்பல் சைகோனுக்குக் கிளம்பிக்கொண்டிருந்தது. அவன் அதில் ஏறிக்கொண்டான். சைகோனில் பத்திரமாக இருக்கலாம்; அவன் அங்கே போகக்கூடும் என்று அவளுக்கு ஒருபோதும் தோன்றாது. அப்படித் தோன்றியிருந்தால் நிச்சயமாக இதற்குள் மோப்பம் பிடித்திருப்பாள். பாங்காக்கிலிருந்து சைகோன் செல்ல ஐந்து நாட்கள் பயணம் செய்தாக வேண்டும். செல்வதற்கான படகுகளும் அழுக்காகவும் கூட்ட நெரிசலோடும் அசௌகரியமாகவும்தான் இருக்கும்.

சைகோன் வந்து சேர்ந்து விட்டதில் சந்தோஷமாக இருந்த அவன் ஒரு ரிக்‌ஷாவை அமர்த்திக்கொண்டு விடுதிக்குச் சென்றான். அங்கே வைக்கப்பட்டிருந்த வருகைப்பதிவேட்டில் தன் பெயரை எழுதிக் கையொப்பம் இட்டான். உடனடியாக அவனுக்கு வந்திருந்த தந்தி ஒன்று அவன் கையில் தரப்பட்டது.

அதில் 'அன்புடன், மேபெல்' என்ற இரண்டு வார்த்தைகள் மட்டுமே இருந்தன. அவனுக்குச் சில்லென்ற வியர்வையை வருவிக்க அவை மட்டுமே போதுமானவையாக இருந்தன.

"ஹாங்காங் செல்லும் அடுத்த படகு எப்போது கிளம்புகிறது" என்று விசாரித்துக்கொண்டான் அவன்.

இப்போது அவன் இன்னும் தீவிரமாகப் பறந்து தப்பிக்க வேண்டியதாக இருந்தது. அவன் படகில் ஹாங்காங் சென்றான், ஆனால் அங்கே தங்க அவனுக்குத் தைரியம் இல்லை. பிறகு மணிலாவுக்குப் போனான். மணிலா அவனை அச்சுறுத்துவது போல் இருந்தது. பிறகு ஷாங்காய் சென்றான். அதுவும் அவனைப் பெரிதும் பதட்டப்படுத்தியது. ஒவ்வொரு முறை ஹோட்டலில் இருந்து வெளியே வரும்போதும் நேரே போய் மேபெலின் கரங்களில் சிக்கிக்கொண்டுவிடப் போகிறோம் என்றே அவனுக்குத் தோன்றியது. இல்லை, ஷாங்காய் சரிவராது. யோகோஹாமா போவதுதான் ஒரே வழி. யோகோஹாமாவின் க்ரேண்ட் ஹோட்டலில் அவனுக்காக ஒரு தந்தி காத்திருந்தது.

'மணிலாவில் எப்படியோ உங்களைச் சந்திக்க முடியாமல் தவற விட்டுவிட்டேன், அன்புடன், மேபெல்'

அவன் காய்ச்சல் வந்தவன் போலக் கப்பல்துறைப் புலனாய்வுப் பிரிவினரிடம் துருவினான்.

அவள் எங்கேதான் இருக்கிறாள்?

அவன் ஷாங்காய்க்கே திரும்பிச் சென்றான். இம்முறை நேரடியாக கிளப்புக்கே சென்று தனக்குத் தந்தி ஏதும் உண்டா என்று கேட்டான்.

அது அவன் கையில் தரப்பட்டது.

'விரைவில் வருகிறேன், அன்புடன், மேபெல்'

இல்லை இல்லை, அவனை ஒன்றும் அப்படி எளிதாகக் கண்டுபிடித்துவிட முடியாது. அவன் ஏற்கனவே திட்டம் போட்டு வைத்து விட்டான். யாங்ட்ஸே நதி மிக மிக நீளமானது. சரிந்து அருவி போலச் செல்வது. சங்கிங்வரை செல்லும் கடைசி நீராவிப் படகில் மட்டும் அவன் ஏறிவிட்டால் போதும், அடுத்த வசந்த காலம்வரை அந்த வழியில் கரடுமுரடான நாட்டுப்படகுகள் தவிர வேறு எதிலுமே பயணம் செய்ய முடியாது. ஒரு பெண் தனியே பயணம் செய்வது

என்பது அந்த இடத்தைப் பொறுத்தவரை நினைத்துக்கூடப் பார்க்க முடியாதது. அவன் ஹான்கோ சென்று அங்கிருந்து இச்சாங்க் சென்றான். அங்கே படகை மாற்றிக்கொண்டு இச்சாங்கிலிருந்து நதியின் வேகச்சுழலில் பயணம் செய்து சங்கிங் வந்து சேர்ந்தான்.

ஆனாலும் கூட இப்போதும் அவனுக்குக் கலவரமாகத்தான் இருந்தது. ஆபத்தை ஏற்படுத்தும் எந்த ஒன்றுக்கும் அவன் துணியப் போவதில்லை. ஸெஷுவானின் தலைநகரமான செங்டு அங்கிருந்து நானூறு மைல் தொலைவில் இருந்தது. அதற்குச் சாலை மார்க்கமாகத்தான் செல்ல முடியும். சாலையும் வழிப்பறிக் கொள்ளையர்களால் ஆக்கிரமிக்கப்பட்ட ஒன்று.

ஆனாலும் ஒரு ஆணால் அங்கே பாதுகாப்பாக இருக்க முடியும்.

நாற்காலி சுமக்கும் கூலிக்காரர்களை ஏற்பாடு செய்து கொண்டு கிளம்பினான் ஜார்ஜ். இடையிடையே இடைவெளி விட்டு, மதில் போல அமைந்திருந்த தனிமையான அந்தச் சீன நகரத்தின் சுவர்களைக் கண்டதும் அவன் நிம்மதியாகப் பெருமூச்சு விட்டான்.

மாலை சூரிய அஸ்தமனத்தின்போது அந்தச் சுவர்கள் வழியாகப் பனி போர்த்திய திபெத்தின் மலைகளை அவனால் பார்க்க முடியும். ஒரு வழியாக அவனால் அங்கே ஓய்வெடுக்க முடியும். மேபெலால் அவனை அங்கே ஒருபோதும் கண்டுபிடிக்க முடியாது.

அங்கே இருந்த தூதரக அதிகாரி அவனது நண்பர் என்பதால் அவருடனேயே அவன் தங்கிக்கொண்டான். வசதியான அந்த வீட்டிலிருந்த சௌகரியங்களையெல்லாம் மகிழ்ச்சியோடு அனுபவித்துத் தீர்த்தான், ஆசியா முழுவதும் சுற்றி அலைந்து தப்பித்து வந்த கடுமையான பயணத்திற்குப் பிறகு தனக்குக் கிடைத்த ஓய்வை மனதார அனுபவித்தான். எல்லாவற்றுக்கும் மேலாகக் கடவுள் அருளால் தனக்குக் கிடைத்த பாதுகாப்பை! வாரங்கள் சோம்பேறித்தனமாகக் கழிந்துகொண்டு சென்றன. ஒரு நாள் காலை வேளையில் அவனும் தூதரக அதிகாரியும் முற்றத்தில் அமர்ந்தபடி சீனன் ஒருவன் கொண்டு வந்திருந்த கலைப்பொருள் ஒன்றைப் பரிசீலித்துக் கொண்டிருந்தனர். அப்போது தூதரகத்தில் உள்ள

பெரிய கதவை யாரோ பலமாகத் தட்டும் ஓசை கேட்க, காவலாளி விரைந்து சென்று அதைத் திறந்தான்.

நான்கு கூலியாட்கள் சுமந்து வந்த நாற்காலி ஒன்று அறைக்குள் இறக்கி வைக்கப்பட்டது. அதிலிருந்து இறங்கி வந்தாள் மேபெல். மிகவும் சுத்தமாகவும் புத்துணர்ச்சியுடனும் பதட்டமில்லாமலும் இருந்தாள் அவள். ஒரு பகல் நேரம் முழுவதும் சாலையில் பயணம் செய்து அப்போதுதான் திரும்பி வந்திருக்கிறாள் என்பதற்கான அறிகுறி எதுவும் அவள் தோற்றத்தில் சிறிதும் தென்படவில்லை. ஜார்ஜ் குழம்பிப் போயிருந்தான். முகத்தில் சவக்களை தட்டியிருந்தது. அவளை நோக்கிச் சென்றான்.

"ஹலோ ஜார்ஜ், எங்கே உங்களை மறுபடியும் தொலைத்து விடப் போகிறேனோ என்று கொஞ்சம் பயந்துவிட்டேன்."

"ஹலோ மேபெல்" என்றபடி தடுமாறினான் அவன்.

அவனுக்கு என்ன பேசுவதென்றே தெரியவில்லை. வாசல் கதவுக்கும் அவனுக்கும் இடையே நின்று கொண்டிருந்தாள் அவள். நீலக்கண்களில் புன்னகை தேக்கியபடி அவனைப் பார்த்தாள்.

"நீங்கள் கொஞ்சம்கூட மாறவே இல்லை" என்றாள்.

"ஆண்களைப் பொறுத்தவரை ஏழு ஆண்டுகளில் எவ்வளவோ மாறிப்போய் விடுவார்கள்... நீங்களும் வழுக்கை விழுந்து குண்டாய்ப் போயிருப்பீர்களோ என்று பயந்து கொண்டிருந்தேன். நான் எவ்வளவு பதட்டத்தோடு இருந்தேன் தெரியுமா? இத்தனை வருடம் கழித்தும் உங்களைக் கல்யாணம் செய்து கொள்ள முடியாமல் போயிருந்தால் எனக்கு மிகவும் கஷ்டமாக இருந்திருக்கும்."

ஜார்ஜுடன் அமர்ந்திருந்தவரைப் பார்த்தாள் அவள்.

"நீங்கள் தூதரக அதிகாரிதானே"

"ஆமாம்"

"நல்லதாய்ப் போயிற்று. இதோ, போய்க் குளித்து விட்டு வருகிறேன், உடனே அவரைத் திருமணம் செய்து கொள்ளத் தயாராகி விடுவேன்."

அவள் அதுபோலவே செய்து முடித்தாள்.